பழைய குருடி

த.ராஜன்

பழைய குருடி
த.ராஜன்

முதல் பதிப்பு: மே 2022

எதிர் வெளியீடு,
96, நியூ ஸ்கீம் ரோடு, பொள்ளாச்சி – 642 002.
தொலைபேசி: 04259 – 226012, 99425 11302

விலை: ரூ. 250

Pazhaiya Kurudi
T. Rajan
Copyright © T. Rajan

First Edition: May 2022

Published by
Ethir Veliyeedu, 96, New Scheme Road, Pollachi – 2.
email: ethirveliyedu@gmail.com
www.ethirveliyedu.in

ISBN: 978-93-90811-17-5
Cover Design: Harisankar
Printed by: Jothy Enterprises, Chennai.

All rights reserved. No part of this book may be reprinted or reproduced or utilised in any form or by any electronic, mechanical or other means, now known or hereafter invented, including Photocopying and recording, or in any information storage or retrieval system, without permission in writing from the Publisher.

புனைவுலகத்தையும்
அதற்கு ஆதாரமான புறவுலகத்தையும்
புதிய கண் கொண்டு பார்ப்பதற்கான
சாத்தியப்பாட்டை உருவாக்கித்தந்த

பா.வெங்கடேசன் | சீனிவாச ராமாநுஜம்

இருவருக்கும்

நன்றி

பா.வெங்கடேசன், சீனிவாச ராமாநுஜம் இருவருக்கும் முதலில் என்னுடைய ஆத்மார்த்தமான நன்றியை உரித்தாக்குகிறேன். இவர்களது படைப்புகள் வழியாகவும், இவர்களுடன் உரையாடியதன் வழியாகவும் நான் கற்றுக்கொண்டதும் பெற்றுக்கொண்டதும் ஏராளம். இந்தப் புத்தகம் முழுக்க நிறைந்திருக்கும் இவர்கள் இருவருக்கும், என்னுடைய முதல் கதைத் தொகுப்பை சமர்ப்பிப்பதில் எனக்கு மட்டற்ற மகிழ்ச்சி. இந்தத் தொகுப்பிலுள்ள கதைகள் போக, நிராகரித்துவைத்திருக்கும் கதைகளையும் அவை எழுதப்பட்ட காலத்தில் சிரத்தையுடன் வாசித்துத் தன் எண்ணங்களை விரிவாகப் பகிர்ந்துகொண்டார் தூயன். அவருடைய வாசிப்பு இந்தக் கதைகள் செழுமை பெறக் காரணமாக இருந்தது. அவருடைய அக்கறைமிக்க அபிப்ராயங்கள் இல்லை என்றால் இந்தக் கதைகள் இப்போது இருக்கும் அளவுக்கு வந்திருக்காது. என்னுடைய உளபூர்வமான நன்றி தூயன். கதைகளை எழுதிமுடித்த கையோடு முதலில் அனுப்பிவைக்க நினைக்கும் ஜீவன் ஷஹிதா. எப்போதும் உடன் இருக்கும் என் நலம்விரும்பி. இந்தப் புத்தகம் வெளிவருவதில் என்னைவிட அளவுகடந்த மகிழ்ச்சியடையும் ஷஹிதாவுக்கு என் அன்பு. ஷங்கர்ராமசுப்ரமணியன் பொதுவாக இலக்கியம் பேசுகையில் சுவாரஸ்யமான பல படிமங்கள் வந்துவிழும். அவருடைய விமர்சன மொழி அப்படி. கவித்துவமானது. அவருடன் விவாதித்தபடி திருவல்லிக்கேணி வீதிகளில் வலம்வந்தது ஓர் இனிய அனுபவமாக நிலைத்திருக்கிறது. அவருக்கு என்னுடைய நன்றியைத்

தெரிவித்துக்கொள்கிறேன். என்னுடைய கதைகளை முன்வைத்து வெவ்வேறு சந்தர்ப்பங்களில் உரையாடியவர்கள் கிருஷ்ணமூர்த்தி, ஆசைத்தம்பி, முகம்மது ரியாஸ், பெரு.விஷ்ணுகுமார், ரம்யா ரமணன், அர்ஜுன், நவீனா, நஸ்ருதீன் ஷா. இவர்களில் பலரும் தங்கள் அபிப்ராயங்களைப் பகிர்ந்துகொண்டதோடு, நான் தொடர்ந்து புனைவு முயற்சியில் ஈடுபடுவதற்கான உந்துசக்தியாகவும் இருந்திருக்கிறார்கள். இவர்களுடைய அக்கறைக்கு எவ்வளவு நன்றி சொன்னாலும் தகும். இந்தத் தொகுப்பிலுள்ள முதல் இரண்டு கதைகளைப் பிரசுரித்த 'இடைவெளி', 'நிலவெளி' இதழ்களுக்கு என்னுடைய நன்றி. ஒற்றைப் பரிமாணத்தில் எழுதப்பட்டிருந்த 'பாலூட்டிகள்' கதையின் முதல் வரைவானது இப்போதைய வடிவம் பெறக் காரணமாக இருந்தது ஹம்ப்பி நிலம். அந்நிலத்தில் உலாவிய தருணங்களை இப்போது நெகிழ்ச்சியோடு நினைத்துக்கொள்கிறேன். கதைக்கான விதை விழுவதற்கும், கதைகள் வேறு உருவம் எடுப்பதற்கும் உந்துதலாக இருந்த அரவிந்த் மாளகத்தி, 'சாதியும் நானும்', தொ.பரமசிவன், 'கதீட்ரல்', 'வாராணசி' ('கதீட்ரல்' நாவலிலிருந்து சில விவரிப்புகளையும், 'வாராணசி' நாவலின் இறுதிப் பகுதியையும் என்னுடைய 'அரூபி' கதையில் அப்படியே — பெயர்களை மட்டும் மாற்றிவிட்டு — எடுத்தாண்டிருக்கிறேன்), டி.ஆர்.நாகராஜ், அபிக் பட்டாச்சார்யா, சித்தலிங்கையா இவர்கள் எல்லோருக்கும் நான் கடன்பட்டுள்ளேன். ஓஸ்வால்டோ க்வயாசாமின் ஓவியங்களைப் பயன்படுத்தியதற்காக அவருக்கும் கடன்பட்டவனாவேன். வெவ்வேறு விதமான அட்டைப்படங்களை முயன்றுபார்க்க ஒத்துழைத்த அரிசங்கர், உள்பக்கங்களை அக்கறையுடன் வடிவமைத்துத்தந்த சீனிவாசன், பெரும்பாலான பதிப்பாளர்கள் பிஓடிக்கு நகர்ந்துவிட்ட நிலையில் இன்னும் அந்தப் பக்கம் எட்டிப்பார்க்காமல் புத்தகங்களை அழகுறப் பதிப்பித்துவரும் அனுஷ் மூவருக்கும் என்னுடைய மனமார்ந்த நன்றியைத் தெரிவித்துக்கொள்கிறேன்.

கதைகள்

11 பாலூட்டிகள்

47 வின்செண்ட்டின் அறை

71 பழைய குருடி

107 அரூபி

135 அறிவுஜீவியின் பொய்

The cultivation of the five senses is the work of
all previous history.

Marx

Consciousness...
Not only reflects the objective world.
It also creates it.

Lenin

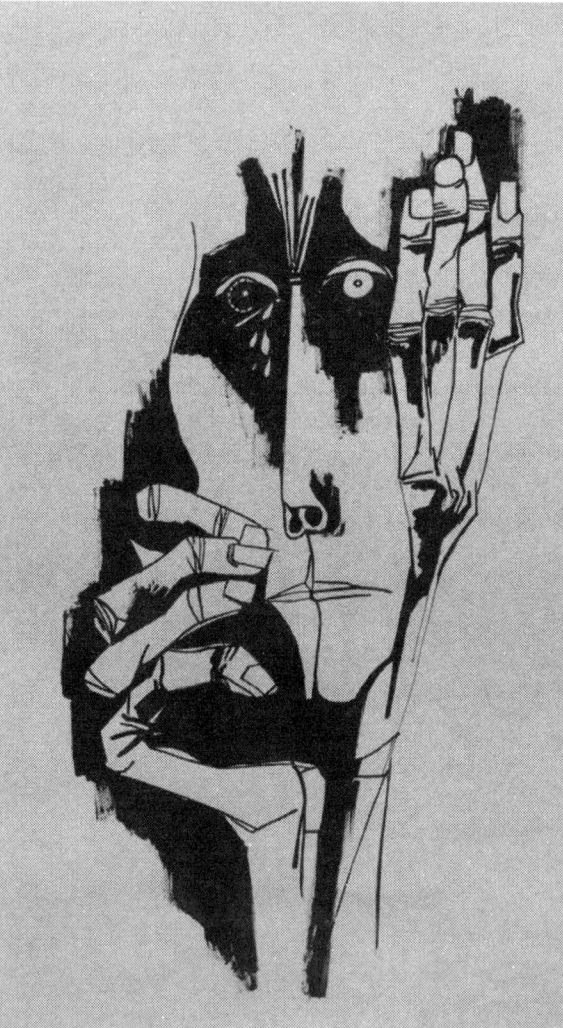

பாலூட்டிகள்

I

கந்தையன்

எழுபது வயது பூர்த்தியாக இன்னும் பதினேழு நாட்கள் இருக்கும் நிலையில் உயிர்துறந்த கந்தையன் தனது இளைய மகன்வழிப் பேத்தி கோசலையின் வயிற்றில் மீண்டும் கருவானான். கந்தையன் எங்கோ தொலைந்துபோய்விட்டான் என்றே செல்லத்தாயி நினைத்திருந்தாள். கந்தையன் இப்படி அவ்வப்போது காணாமல்போவதும் சில நாட்களில் திரும்பிவருவதும் செல்லத்தாயிக்குப் பழகியிருந்ததால் இப்போது அவள் பொருட்படுத்தியிருக்கவில்லை. பழைய நிலத்தை மறக்க முடியாமல் தோப்புக்குத்தான் போய்வந்து கொண்டிருக்கிறான் என்ற எண்ணம் அவளுடைய சிந்தனைக்கு எட்டியிருக்கவில்லை. ஒவ்வொரு நாளையும் எண்ணிக்கொண்டிருந்த செல்லத்தாயிக்குத் திடீரென ஒருநாள் விபரீத உள்ளுணர்வு தோன்றவும் கலவரத்தோடு தன் சொந்தங்களைத் தேடி ஓடினாள். அவளுடைய வற்புறுத்தலின் பேரில், கந்தையனைத்

தேடி மறுநாள் பொழுது முழுவதையும் அவளுடைய சொந்தபந்தங்கள் கழித்தனர். ஆனால், கந்தையன் யார் கண்ணுக்கும் தட்டுப்படவில்லை. அன்றிரவு பெரும் கூட்டம் அவள் குடிசை முற்றத்தைச் சூழ்ந்துகொண்டு துக்கம் கொண்டாடியது. அதன் பிறகு, ஊர் நாக்குகளில் பல்வேறு கதைகள் உலவ ஆரம்பித்தன.

ஒருநாள் தான் மதுரைக்கு ரயிலில் சென்றுகொண்டு இருந்தபோது, செங்கல்பட்டு ரயில்மேடையில் கந்தையன் படுத்திருந்ததைப் பார்த்ததாகவும், நீண்ட தாடியுடனும் அலங்கோலமான உடையிலும் இருந்த அவரை முதலில் தனக்கு அடையாளம் தெரியவில்லை என்றும், ரயில் கிளம்பிச்சென்ற பிறகுதான் முகம் பிடிபட்டதாகவும் சொன்னான் பக்கத்துத் தெருக்காரன். அவன் சொன்னதுதான் தாமதம், ஒப்பாரிவைத்தபடி மாரில் அடித்துக்கொண்டு ஓடிவந்தவள், செங்கல்பட்டு ரயில் நிலையம் போகச்சொல்லி அவளது மூத்த மகன் பூதத்தானை நச்சரித்து — செல்லத்தாயியைத் தவிர மற்ற எல்லோரும் கந்தையன் இறந்துவிட்டதாக நம்பினார்கள் — அனுப்பிவைத்தாள். ஆரம்பத்தில், ஒருவேளை எங்கேனும் இருப்பாரோ என அரைநம்பிக்கையில் தேடிப்பார்த்துவிட்டு, கிடைக்கவில்லை என்பதை செல்லத்தாயியிடம் சொன்ன மகன்கள் இருவரும், பிறகு தேடாமலே அவளை சமாளிக்கத் தொடங்கினார்கள். இப்படிப் பலரும் பல இடங்களில் அவரைப் பார்த்ததாக வந்து சொல்வதைக் கேட்டு அலைந்துதிரிந்து ஓய்ந்து போயிருந்தார்கள். ஒவ்வொரு நாளும் ஒவ்வொரு ஊருக்குப் போய்ப் பார்த்துவரும்படி செல்லத்தாயி சொல்வது, மகன்கள் இருவருக்கும் பெரும் ரோதனையாக மாறியது.

இரண்டு மாதங்கள் கழித்து, எழும்பூர் அருகே ரயிலில் அடிபட்டுக்கிடப்பதாக செல்லத்தாயியிடம் தகவல் தெரிவிக்கப்பட்டபோது அங்கு சென்று பார்க்க அவள் சம்மதிக்கவில்லை. வயதுக்கு மீறிய மூர்க்கம் அவளை யாரும் அண்டவிடாமல் துரத்தியது. சாமி இறங்கியவளாகத் துடியாக இருந்தாள். கண்டதையும் பேசிக்கொண்டிருந்தாள். தன்னுடைய பிள்ளைகளையும் சொந்தபந்தங்களையும் அக்கம்பக்கத்தவர்களையும் சகட்டுமேனிக்கு சபித்துக்கொண்டிருந்தாள். காவல் துறையினர் வந்து வற்புறுத்திய பிறகுதான் அவளை அங்கிருந்து நகர்த்த முடிந்தது.

காவல் துறையினர் கூட்டிச்சென்ற இடத்தில், உருத் தெரியாமல் ஒரு உடல் சிதைந்துகிடந்தது. நடை மேடையின் ஒரு மூலையில் அந்தச் சதைப்பிண்டத்தைக் கிடத்தியிருந்தார்கள். எட்டயிருந்து அந்தக் கோலத்தைப் பார்த்தவுடனேயே செல்லத்தாயி பெருங்குரலெடுத்து அழத் தொடங்கிவிட்டாள். கொண்டையை அவிழ்த்த படிக் கீழே மண்டியிட்டு அமர்ந்தவள் மாரில் அறைந்து கொண்டு அழுதாள். மாரில் கரங்கள் படும் சத்தத்தைக் கேட்டு சுற்றியிருந்தவர்கள் ஒரு கணம் திகைத்துதான்போனார்கள். அறைவதைத் தடுத்துநிறுத்துவதற்காக அவளை நெருங்கியவர்கள், ஆளுக்கொரு கையாகப் பிடித்துக்கொண்டு தூக்கிப் போகும்படி ஆயிற்று. கீழே கால்களை உரசி அடம் பிடித்துத் தன்னை நிறுத்திக்கொள்ள முயன்ற செல்லத்தாயி அந்தச் சதைக்குவியலுக்கு அருகே செல்ல மறுத்து முரண்டுபிடித்தாள். அந்த மூர்க்கத் துக்கு எதிராகச்செல்ல யாருக்கும் துணிவில்லை. அழுதுஅரற்றுவதற்கான தெம்பெல்லாம் அவளுக்கு

வற்றிப்போன பிறகாகத்தான் அவளை அருகே அழைத்துச்செல்ல முடிந்தது.

ரயிலின் சக்கரங்களுக்குள் சிக்கிச் சின்னாபின்னமாகி இருந்த அந்த உடலை ஒன்றுசேர்த்துக் குவித்துவைத்து இருந்தார்கள். அதைக் கண்ட உடனேயே அது தன்னுடைய கணவன் இல்லை என்று தீர்க்கமான குரலில் சொல்லிவிட்டு அங்கிருந்து சட்டென நகர்ந்து விட்டாள். ஆனால், அவளுடைய மகன்களோ, அது தங்கள் அப்பாதான் என உறுதிப்படுத்தி அவ்வுடலை செல்லத்தாயியின் குடிசைக்கு எடுத்துவந்தனர்.

அது கந்தையன் இல்லை என்றும், அந்தப் பிணம் தன் குடிசை முன்னால் இருக்கக் கூடாது என்றும் தன் இரு மகன்கள் மீதும் மண்ணை வாரிப்போட்டுத் தூற்றினாள் செல்லத்தாயி. இறந்துபோனது தங்களுடைய அப்பாதான் என்று அவளை நம்பவைக்க அவர்கள் இருவரும் தீவிரமாக முயன்றுகொண்டிருந்தார்கள். அவர்களுக்குமே அது கந்தையன் என்று உறுதியாகத் தெரியவில்லை என்றாலும், அதை கந்தையன் என்றே நம்ப விரும்பினார்கள். இந்த அபத்த நாடகத்தை, சொந்தபந்தமும் ஊரும் வாய்பொத்தி வேடிக்கைபார்த்தது. கடைசிவரை ஏற்றுக்கொள்ள மறுத்த செல்லத்தாயியை, இனி பொருட்படுத்த வேண்டியதில்லை என்று முடிவெடுத்தவர்களாக, மகன்கள் இருவரும் அந்த வெள்ளைத் துணிமூட்டையில் பொதிந்துவைக்கப்பட்டிருந்த சதைக்குவியலைச் சுடுகாட்டில் எரித்துவிட்டு மொட்டைத்தலைகளோடு வீடு திரும்பினார்கள்.

அதன் பிறகு, யாரும் தன் வீட்டு வாசலை மிதிக்கக் கூடாது என்று சொன்ன செல்லத்தாயி, கதவைத்

தாளிட்டு உள்ளே புகுந்துகொண்டாள். யாருக்காகவும் அந்த வாசல் திறக்கவில்லை. அவள் எப்போது வெளியே வருகிறாள் எப்போது சாப்பிடுகிறாள் எப்போது உறங்குகிறாள் என்பவையெல்லாம் அண்டை வீட்டுக்காரர்களுக்குக்கூட ரகசியங்களாகவே இருந்தன. சொந்தபந்தங்கள் எப்போதாவது வந்து குடிசை முன்னால் நின்று சத்தம்போட்டு செல்லத்தாயியிடம் ஏதாவது பேசுவார்கள். செல்லத்தாயிக்கு நெருக்கமான யாருக்காவது உடம்பு முடியாமல் இருப்பதாகச் சொல்லி அவளை அசைத்துப்பார்க்க முயல்வார்கள். சின்னச் செருமல்கூட அவளிடமிருந்து வராது. பிறகு, வேடிக்கை பார்த்துக்கொண்டிருக்கும் அக்கம்பக்கத்தவர்களிடம் கதையளந்துவிட்டுக் கிளம்பிவிடுவார்கள். ஒருமுறை, கோசலை நிறைமாதமாக — பத்து வருடம் கழித்து உண்டான கரு — இருப்பதால் செல்லத்தாயி வந்து பேத்தியைப் பார்த்துக்கொள்ள வேண்டும் என்று கேட்ட போதும் அதைப் பொருட்படுத்தவில்லை. கோசலையே வயிற்றைத் தள்ளிக்கொண்டு வாசல் வந்து நின்ற பிற்பாடுதான் செல்லத்தாயியின் மனம் இளகியது.

௬

சின்னதுரை பிறந்து மிகச் சரியாகத் தொண்ணூறு நாட்கள் ஆகும் அந்த வெள்ளிக்கிழமைதான் செல்லத் தாயி உட்பட ஒருவரும் அறிந்திராத கந்தையனின் முதலாம் ஆண்டு நினைவுநாள். அன்றிரவு திடீரென அழத் தொடங்கிய சின்னதுரை தன் அழுகையை நிறுத்த மூன்று மணி நேரம் எடுத்துக்கொண்டான். அழுகைச் சத்தம் கேட்டதும் கண்களைக்கூடத் திறக்காமல் அனிச்சையாகத் தன் மாராப்பை நகர்த்தி இடது காம்பை சின்னதுரைக்கு உண்ணக்கொடுத்தாள்

கோசலை. எப்போதும் காம்பை அருகில் கொண்டு வந்தவுடன் கவ்விக்கொள்பவன் இப்போது சீண்டு கிறானில்லை. நோய்வாய்ப்பட்டிருக்கும் நாய்க்குட்டியாக வலுவற்றிருக்கும் அவனுடைய அழுகைச் சத்தம் இப்போது வழக்கத்துக்கு மாறாக உக்கிரம் கொண்டு இருந்தது. நட்டுவாக்காளி ஏதும் கடித்திருக்குமோ எனப் பதறி செல்லத்தாயியையும் பாக்கியநாதனையும் எழுப்பிப் பார்க்கச்சொன்னாள். வெளிச்சம் கண்டு இரண்டு பல்லிகள் ஓடி ஒளிந்ததைத் தவிர வேறு எதுவும் தென்படவில்லை.

சின்னதுரையை செல்லத்தாயி தன் தோளில்போட்டபடி வீட்டுக்கு வெளியே சென்று உலாத்திக்கொண்டிருந்தாள். அழுதுஅழுது சோர்ந்து களைத்திருந்தானே ஒழிய அவன் அழுகையை நிறுத்தவில்லை. வயிற்றுவலியாய் இருக்கும் என ஓமத்தண்ணி எடுத்து ஒரு சங்கு ஊற்றினாள். வெந்நீரில் காயம் கலக்கிக் கொடுத்தாள். வத்தல் தடவி அடுப்பில் போட்டாள். சூடம் தடவி திருஷ்டி கழித்தாள். எதற்கும் அவன் அழுகை நின்ற பாடில்லை. இந்தக் களேபரத்தில் கோசலையும் அழ ஆரம்பித்திருந்தாள். பிறகு, கைபார்க்கும் புஷ்பத்தைக் கூட்டிவரச்சொல்லி பாக்கியநாதனை அனுப்பி வைத்தார்கள்.

செல்லத்தாயி தன் மடியில் சின்னதுரையை வைத்திருக்க எதிரே அமர்ந்திருந்த புஷ்பம், சிறுநெல்லியளவு இத்துணூண்டு புளியை உருட்டி சின்னதுரையின் வயிற்றில் தடவினாள். அப்போது மந்திரம்போல் தனக்குள் ஏதோ முணுமுணுத்துக்கொண்டிருந்தாள். நொடிக்கொருமுறை நீண்ட கொட்டாவிவிட்டாள். திருஷ்டி இருப்பதால்தான் பிள்ளை இப்படி அழுகிறது

என்பதாக ஒவ்வொரு கொட்டாவியின் முடிவிலும் சொல்லிக்கொண்டிருந்தாள். உருட்டிய புளியை சின்னதுரையின் வாயில் திணித்தாள். ம்ஹூம், எதற்கும் அவன் மசங்குவதாயில்லை. பிறகு கையாளாகாதவளாக, காலையில் மருத்துவரிடம் காட்டும்படிச் சொல்லி விட்டுக் கிளம்பிவிட்டாள்.

கொஞ்ச நேரத்தில் அவனாகவே அழுகையை நிறுத்தியிருந்தான்.

தினமும் இந்த அழுகை தொடர்ந்துகொண்டிருந்தது. ஏன் அழுகிறான் ஏன் நிறுத்துகிறான் என்பது யாருக்கும் புரியாத புதிராகத் தொடர்ந்தது. அப்போதுதான் பால் குடித்துவிட்டுப் படுத்திருப்பான். கொஞ்ச நேரத்தில் அழத் தொடங்கிவிடுவான். செல்லத்தாயிதான், கெட்ட கனவு ஏதும் கண்டிருப்பான் என்பாள். அதுகூடக் காரணமாக இருக்கலாம் என்று சமாதானம் அடைவார்கள். இப்படிக் கெட்ட கனவு வருவதற்கு ஏதும் காத்துக்கறுப்பு காரணமாக இருக்குமோ என்று சூனியக்காரனைத் தேடி அலைந்தார்கள், செய்வினை ஏதும் இருக்குமோ எனப் பரிகாரம் தேடி அலைந்தார்கள், சாமி கோபித்திருக்குமோ என ஊர்ஊராகக் கோயில்குளம் சென்றார்கள். எதுவும் கைகொடுக்கவில்லை. ஒவ்வொருவரும் முகத்தைச் சுளித்துக்கொண்டு மாறிமாறித் தங்களுக்குள் எரிந்து விழுந்துகொண்டு ஒவ்வொரு இரவையும் கழித்தார்கள். சூனியத்தால் பீடிக்கப்பட்டிருந்தது வீடு.

௬

சின்னதுரைக்கு இரண்டு வயதுவரை பேச்சு வரவில்லை. அழுகை தவிர வேறு எந்தச் சத்தமும் அவனிடமிருந்து வருவதில்லை. சிரிக்கும்போதும் சத்தமில்லாமல்தான் சிரிப்பான். விளையாடும்போதும் விளையாட்டு காட்டும்போதும் முகத்தில் எந்த உணர்ச்சியும் காட்டாமல் ஜடம்போல இருப்பான். ஒவ்வொரு நாளும் அவனைப் பேசவைப்பதற்காக கோசலை பிரயாசை கொள்வாள். நிலாவைக் காட்டி, நாயைக் காட்டிப் பேசவைப்பாள். ‘நிலா நிலா’ என்பாள். ‘நாயப் பாரு நாயப் பாரு’ எனக் குரைத்துக்காட்டுவாள். முதலில் அத்தைதான் சொல்ல வேண்டும் என ‘அத்தை அத்தை’ என்று சொல்வது செல்லத்தாயியின் வாடிக்கை. எவ்விதச் சலனமும் அவனிடம் இருக்காது. அவனுக்கு மரத்துப்போன பொலிவான முகம்.

ஒருமுறை, சின்னதுரை எப்போதும்போல அழுது அரற்றிக்கொண்டிருக்கும் ஓரிரவில் எப்போதும்போல அவனைத் தங்கள் தோளில்போட்டுக்கொண்டு செல்லத்தாயியும் கோசலையும் வீட்டுக்கு வெளியே உலாத்திக்கொண்டிருந்தார்கள். அப்போது வீட்டைச் சுற்றி ஒரு வௌவால் வட்டமடிக்கத் தொடங்கியது. ஆந்தை அளவுக்கு உடல்வாகு கொண்ட பருத்த வௌவால். அதைக் கண்டதும் அழுகையை நிறுத்திய சின்னதுரை, அது பறந்துசெல்லும் திசையில் கைநீட்டிச் சிரித்தான். செல்லத்தாயி, கோசலை இருவரும் அப்போது கந்தையனை நினைத்துக்கொண்டார்கள். ஒருவர் முகத்தை ஒருவர் பார்த்தபோது இருவரிடமும் கண்ணீர் திரண்டிருந்தது.

அதன் பின்னர், சின்னதுரை இயல்பாகிவிட்டான். சுற்றித்திரியும் ஒற்றை வௌவாலை அவனுக்கு

வேடிக்கைகாட்டுவது அன்றாடப் பழக்கமாயிற்று. பிறகு, சின்னதுரை வளர ஆரம்பித்து செல்லத்தாயியோடு நெருக்கமாகத் தொடங்கியதும் தான் காணும் சித்திரங்களை அவளிடம் விவரிக்கத் தொடங்கினான். கருக்கல் ஆனதும் தெருவில் உட்கார்ந்தபடி செல்லத் தாயியும் சின்னதுரையும் கதையளக்கத் தொடங்கி விடுவார்கள். பல ஆண்டுகளுக்கு முன்பு மேட்டுக்குப்பம் கொண்டிருந்த நிலத்தோற்றத்தை அச்சரம்பிசகாமல் சின்னதுரை விவரிப்பதைப் பார்த்து வாய்பிளந்த செல்லத்தாயி, இது எப்படித் தெரியும் என்று கேட்கையில், கனவில் காண்பதாகச் சொன்னான். திரும்பத்திரும்ப ஒரே காட்சிகள் தன்னுடைய கனவில் வருவதாகவும், புகைமூட்டமான சில சம்பவங்கள் தன்னை அச்சுறுத்துவதாகவும் சொன்னான்.

செல்லத்தாயிக்கு உள்ளுக்குள் ஒரு பீதி சூல்கொண்டது. கோசலையிடமும் பாக்கியநாதனிடமும் மிகவும் பக்குவமாக விஷயத்தைச் சொன்னாள். பிறகு, ஒரு ஜோசியர் சொன்னதன் பேரில், சின்னதுரைக்கு ஆறு வயது ஆனதும் அவனை ராஜபாளையம் சொக்க நாதன்புத்தூரிலுள்ள அவனுடைய சித்தி ரஞ்சிதம் வீட்டில் கொண்டுவிட்டார்கள். அவனுடைய பால்யம் பூராவும் அங்குதான் கழிந்தது. வறண்ட பூமி. ருசியற்ற தண்ணீர். கருவேலம் தவிர வேறு மரங்களை அங்கே பார்ப்பது அபூர்வம். அந்த வெக்கை நிலம் அவனது கனவுகளுக்கு முற்றுப்புள்ளிவைத்தது. ஆனாலும், கந்தையனின் ஆகிருதியைத் தன்னுடைய சித்தியின் வழியாகக் கதைகளாகத் தெரிந்துகொண்டிருந்தான். அவள் விவரிக்கும் கதைகளுடன், சின்னதுரை தான் கனவில் கண்ட சித்திரங்கள் ஒத்துப்போனதால் மேட்டுக்

குப்பத்தைப் போய்ப் பார்த்துவிட வேண்டும் என்ற வைராக்கியம் அவனது ஆழ்மனதில் பதிந்து போனது.

૬

மேட்டுக்குப்பம் தோப்பில் வேலைக்கு அமர்த்தியிருந்த அந்தப் பெரும் கூட்டத்துக்குத் தனது முகத்தை ஒரு முறைகூடக் காட்டியிராத அந்தப் பெருந்தனக்காரனை 'எஜமான் எஜமான்' எனக் கங்காணி சொல்வதைக் கேட்டுக்கேட்டு எல்லோர் நாக்கிலும் 'எஜமான்' என்ற சொல் ஒட்டிக்கொண்டுவிட்டது. அந்த எஜமான் மீது அவர்களுக்கு மிகுந்த மரியாதையும் பயமும் உண்டு. முதன்முறை இங்கே ஒண்ணடிமண்ணடியாக வந்து குடியேறியபோது, மகாபலிபுரம் சாலையில் நீண்டிருக்கும் தென்னந்தோப்பைக் கண்டு பிரமித்து நின்றார்கள். சவுக்குத்தோப்பாக இருந்ததைக் கொஞ்சம் கொஞ்சமாகத் தென்னைகள் நட்டுப் பெரும் தென்னை வனமாக எஜமான் மாற்றியிருந்ததாகக் கங்காணி சொல்லியிருந்தான். இந்த மாபெரும் தோப்புகளை நட்டு ஆளாக்கியது யார், அவர்களெல்லாம் இப்போது எங்கே போனார்கள், அவர்களைத் துரத்திவிட்டுத்தான் இப்போது நம்மை இங்கே அழைத்துவந்திருக்கிறார்களா என்று எக்கச்சக்கமான கேள்விகள் இருந்தபோதும் அவர்கள் ஒருபோதும் கங்காணியிடம் எதையும் கேட்டுத் தெரிந்துகொள்ளத் துணிந்ததில்லை. அவன் சொல்வது புரிந்தாலும் புரியாவிட்டாலும் பவ்யமாகக் கேட்டுக்கொள்வார்கள்.

அந்தப் பிரம்மாண்டமான தோட்டத்தை மேலும் பிரம்மாண்டமாக உருமாற்றியது கந்தையனுடைய கும்பல்தான். நம்மைத் துரத்திவிட்டு அடுத்துவந்து வேடிக்கைபார்க்கும் கூட்டமும் நம்மைப் போலவே

வியப்பில் ஆழ்ந்து நிற்பதுபோன்ற துயரகரமான சித்திரத்தை அவ்வப்போது கந்தையன் நினைத்து வருந்திக்கொள்வான். பெரும் பொட்டல்காடாக ஒரு காலத்தில் கிடந்திருக்கும் இந்தத் தோப்பை எந்தக் கூட்டம் உயிர்ப்பித்திருக்கும் என்பதை எப்படியாவது கங்காணியிடம் கேட்டுத் தெரிந்துகொண்டுவிட வேண்டும் என கந்தையன் நினைத்திருக்கிறான். அந்தத் தோப்புகளைத் தாண்டியும் காலார நடந்துசென்று சுற்றிப்பார்த்திருக்கிறான். அங்கே அவர்களுடைய குடிசைகளைத் தவிர வேறு மனித நடமாட்டத்தைக் காண்பது அபூர்வம். கண்ணுக்கெட்டும் தூரம்வரை தென்னைகளைத் தவிர வேறு எதுவும் தெரியாத அந்தத் தோப்பை இரண்டாகப் பிரிக்கும் ஒரு ஒற்றையடிச் செம்மண் சாலை இருந்தது. உறித்துவைத்திருக்கும் தேங்காய்களை ஏற்றிச்செல்வதற்கு வரும் வண்டித் தடங்களையும், திருவான்மியூரிலிருந்து திருப்போரூர் செல்வதற்காகக் கொஞ்சம் வசதிபடைத்தவர்கள் அமர்த்திக்கொண்டு செல்லும் குதிரைவண்டியின் தடங்களையும், புளியோதரை கட்டிக்கொண்டு தோப்புகளில் இளைப்பாறி நடைகட்டுபவர்களின் கால்தடங்ளையும், மெட்ராஸ் மாநகரின் குப்பைகள் முழுவதையும் பெருங்குடி வந்துசேர்ப்பதற்காக அரசாங்கம் அனுப்பிவைக்கும் குப்பைவண்டிகளின் தடங்களையும் தவிர வேறு எதையும் அந்தச் செம்மண் சாலை பார்த்ததில்லை.

அப்படியான இடத்தில்தான், திருநெல்வேலியிலுள்ள அடையக்கருங்குளத்திலிருந்து கங்காணி மூலமாக இருநூறு பேரைக் கொண்டுவந்து குடிசைக் குடியிருப்பை உருவாக்கியிருந்தான் எஜமான். மொத்தம் எழுபது குடும்பம். ஒரு அரசாங்க ஊழியரைப் போல ஒவ்வொரு

மாதமும் முதல் தேதியில் கூலி வந்துசேர்ந்துவிடும். தோப்புகளைக் காவல்காப்பதும், தென்னை மரத்துக்கு நீர் ஊற்றுவதும், தேங்காய்களை உரித்து வண்டிகளில் ஏற்றிவிடுவதும் பிரதான வேலை.

புதிதாக உருவாகியிருக்கும் இந்த ஊருக்குத் தலைவனாக கந்தையன் பொறுப்பேற்றிருந்தான். அவன் ஸ்ரீ மச்சக்கார சுடலைமாடன் கோயிலின் பூசாரியும்கூட. இங்கு குடியேறிய பிறகு பிறந்த குழந்தைகளில் பலருக்கும் பேச்சு வராமல்போனது என்பதால் அப்படிப் பேச்சு வராத குழந்தைகளுக்காகவே ஒவ்வொரு மாதமும் அமாவாசையன்று நண்பகல் வேளையில் ஸ்ரீ மச்சக்கார சுடலைமாடனுக்கு உச்சிக்காலப் பூசை நடத்துவதும் கந்தையன்தான் — கந்தையனை 'வெளவால் தாத்தா' என்று குழந்தைகள் அழைத்தார்கள். பலி கொடுப்பதற்காக, வெளவால் குகைக்கு கந்தையன் ஒற்றையாளாகச் சென்று, ஒற்றை வெளவாலை — அவனுடைய பருத்த இரு கரங்களுக்குள்ளும் அடங்கி விடாத முரட்டு வெளவாலாக அது இருக்கும் — பிடித்துவருவான். தென்னந்தோப்புகளில் திரியும் பூச்சிகளைப் பிடித்து மூட்டைகட்டி ஒவ்வொரு இரவும் வெளவால்களுக்குத் தீனியிடும் கந்தையன் அந்தக் குகைக்குள் நுழைந்ததும் அவை ஆட்டம்போடும். கூச்சலிட்டுக்கொண்டு பூச்சிகளை வேட்டையாடும். அதனால், மற்றவர்களைப் போலல்லாது, வெளவாலைப் பிடித்துவருவதென்பது கந்தையனுக்கு சுலபமான காரியம். அமாவாசை அன்று இவன் பிடித்துவரும் வெளவாலை சுடலைமாடன் கோயிலுக்கு முன்னால் இருக்கும் சிறு சூலத்தில் குத்திவைப்பான். இறக்கைகள் இரண்டையும் இரு கைகளிலும் விரித்துப் பெருவிரலால் முதுகை அழுத்தி வேல்கம்பில் வெளவாலின் நெஞ்சைக்

குத்தும்போது குழந்தைகளும் பெண்களும் இளகிய மனம்படைத்த ஆண்களும் முகத்தைச் சுழித்துத் தங்கள் பார்வையைத் திருப்பிக்கொள்வார்கள். சிறு முனகல்கூட அந்த வௌவாலிடமிருந்து எழாது. அதனுடைய உடல் அப்படியே மெல்லச் சுருங்கும். பிறகு, பேச்சுவராத குழந்தைகளைத் தனது மடியில் கிடத்தி, வேலால் ஓம் எனும் பிரணவத்தை நாவில் எழுதுவான். அப்படி நாவில் எழுதும்போது வௌவாலின் தலை, கீழ்நோக்கிக் கவிழ்ந்து குழந்தையின் மூக்கோடு உரசும். அடர்சிவப்பு நிறத்திலான அதன் ரத்தம் தீரும்வரை — எஞ்சியிருக்கும் மற்ற குழந்தைகளுக்கு அடுத்த மாதப் பூசையில்தான் பரிகாரம் — நாவில் ஒவ்வொரு குழந்தைக்கும் மூன்று முறை எழுதுவான். ஆறு கிருத்திகை முடிவதற்குள் குழந்தைகள் பேசத் தொடங்கிவிடும். ஒவ்வொரு பௌர்ணமியின்போதும் குழந்தையின்மை, குடும்பச் சண்டை, பண விவகாரத்துக்கு வழக்குகளைத் தீர்த்து வைப்பதும் கந்தையன்தான்.

ஒவ்வொரு அமாவாசை பூசையின்போதும் சுடலை மாடனின் காதுகள் வளர்ந்துகொண்டுவந்ததால், சுடலை மாடனுக்குக் கட்டிய பிரவாகத்தை இடித்துவிட்டு ஒரு மேடை கட்டி அதன் மீது வெட்டவெளியில் மாடனை நிறுத்திவிட்டார்கள். சுடலைமாடனுக்குக் கும்பாபிஷேகம் நடத்தி, பலி தராததுதான் இதற்குக் காரணம் என்றார்கள். எனவே, ஒவ்வொரு கோடையின் இறுதியிலும் திருவிழா நடத்த முடிவாயிற்று. கோயில் கும்பாபிஷேகத்தின் இறுதி நாளன்று நிறைசினையாக இருக்கும் வௌவாலைப் பலியிட முடிவெடுத்தார்கள் — சொந்த ஊரில் இருக்கும்போது சினை ஆட்டைப் பலியிடுவது வழக்கம். வேலால் ஆட்டின் வயிற்றைக் கிழித்து, உள்ளே இருக்கும் குட்டியை எடுத்து பீடத்தில்

வைத்துவிடுவார்கள். வயிற்றைக் கிழிப்பதற்கு முன்பாக ஆட்டின் தலையை வெட்டுவதெல்லாம் இல்லை. அது உயிருடன் இருக்கும்போதே கிழித்து ரத்தபலி தருவார்கள். அப்படிக் கிழிக்கும்போது தாய் ஆடும் இறந்துபோகும். குட்டியும் இறந்துபோகும். சூலாடு குத்தும் இந்நிகழ்வு இங்கே வௌவால் பலியாக மாறிப்போயிற்று. இதற்குக் காரணம், அவர்களின் பிழைப்பாக இருக்கும் தென்னைகளின் பகுதியாக வௌவால்களும் இருந்ததுதான். வௌவால் குகை நிரம்பி, தென்னை மரங்களில் இளைப்பாறும் அளவுக்கு வௌவால்கள் பெருகிப்போயிருந்தன. பகல் வேளைகளில் தம்முடைய சிறகுகளைப் போர்வை யாகப் போர்த்திக்கொண்டபடி, தலைகீழாகத் தொங்கிக் கொண்டிருக்கும். சூரியன் மறையும் வேளையில் வானில் அங்குமிங்கும் வட்டமிடத் தொடங்கும். ஒரு தென்னையிலிருந்து இன்னொரு தென்னைக்குத் தாவிக்கொண்டிருக்கும். இரவானதும் உணவு வேட்டைக்குக் கிளம்பிவிடும்.

வௌவால்களை வேட்டையாடிச் சாப்பிடுவதற்கும் கந்தையன் கும்பல் பழகியிருந்தது. தீயில் வாட்டிச் சுட்டோ, சதைகளைப் பிரித்தெடுத்து நாட்டுக்கோழிக் குழம்புபோல வைத்தோ சாப்பிட்டார்கள். கந்தையன் மட்டும் வௌவால்களை உண்பதில்லை. மாறாக, அவற்றுக்கு இவன்தான் உணவிட்டுக்கொண்டிருந்தான். குகைக்குச் செல்ல முடியாமல் உடல்நோவு கண்டு படுத்திருந்தால், வீட்டில் இருந்தபடி பூச்சி மூட்டைகளை அவிழ்த்துவைத்து வௌவால்களின் வரவுக்காகக் காத்திருப்பான். வௌவால்களை அந்தக் கிராம மக்கள் ஒருபோதும் உவத்திரியமாகக் கருதியதில்லை என்றாலும், ஒவ்வொரு மாதமும் பணம் கொண்டுவரும் கங்காணி,

கந்தையனிடம் அவற்றைக் கொன்றுவிடும்படி சொல்லி விட்டுச்செல்வான். தோப்பே வௌவால் நாற்றம் அடிப்பதாக விசனப்பட்டுக்கொள்வான். கங்காணியிடம் கந்தையன் மறுத்துப் பேசும் ஒரே விஷயம் இதுதான். குலசாமி என்பான்.

தோட்ட வேலையும், சுடலைமாடன் பூசையும், வருடாந்திரத் திருவிழாவும், கொண்டாட்டங்களும் என்பதாகத் தங்கள் கலாச்சாரத்தை இந்தப் புதிய நிலத்திலும் மீட்டெடுத்திருந்தார்கள். அடுத்தடுத்த தலைமுறைகள் பெருகப்பெருகக் குடிசைகளின் எண்ணிக்கையும் பெருகிக்கொண்டே சென்றது. அதற்குப் பிறகுமேகூட, தோட்டத்தின் பரந்துவிரிந்த நிலப்பரப்பை ஒப்பிடும்போது இவர்களுடைய எண்ணிக்கை சொற்பமாகவே தெரிந்தது. அந்நிய நிலத்தைத் தங்களோடு அடையாளப்படுத்திக்கொண்டு வாழப் பழகியதிலிருந்து வெகு நாட்கள் கழித்து ஒரு நாள், கந்தையனைத் தனியாக அழைத்துச்சென்ற கங்காணி, தோப்புகளை எஜமான் விற்கப்போவதாகச் சொல்லிவிட்டு, இங்கிருந்து வேறு இடங்களுக்கோ அல்லது பூர்வீக ஊர்களுக்கோ செல்லத் தயாராகும் படிக் கேட்டுக்கொண்டான். இவ்வளவு காலமாக உழைத்ததன் நிமித்தமாகப் பெரும் தொகை தருவதாகவும் சொல்லிவிட்டுச் சென்றுவிட்டான். துர்மரணம் நேர்ந்துவிட்டதைப் போல சில நாட்கள் மௌனித்திருந்தார்கள். பிறகு, ஆளுக்கொரு திசையாகக் கிளம்பத் தயாரானார்கள். சில குடும்பங்கள் பூர்வீக ஊர்களுக்குத் திரும்பின. பெரும்பாலான குடும்பங்கள் எஜமான் கொடுத்திருந்த வீடுகளுக்காக வியாசார்பாடி, காசிமேடு, திருவொற்றியூர் என வடக்கு நோக்கி இடம்பெயரத் தொடங்கின. சொந்த ஊரிலிருந்து

எடுத்துவந்ததைப் போல இப்போது மாடனை யாரும் எடுத்துச்செல்ல விரும்பவில்லை.

௬

திருவொற்றியூருக்குச் சென்ற பிறகும்கூட கந்தையன் அவ்வப்போது சோற்றைக் கட்டிக்கொண்டபடி ஒண்டியாகத் தோப்புக்கு வந்துவிடுவான். வெவ்வேறு ஆட்களின் கைகளில் நிலங்கள் இருந்தன. மாடனை வணங்கிவிட்டு, தோப்புகளில் பூச்சிகளைப் பிடித்துக் கொண்டு மூட்டையோடு வௌவால் குகைக்கு நேரே சென்றுவிடுவானே தவிர, பார்வையில் தென்படும் யாரிடமும் கந்தையன் பேச்சுகொடுப்பதில்லை. கடன் கொடுத்தவன் இறந்துபோன பின்பாகவும் அவனுடைய குடும்பத்துக்குத் தவறாமல் கடனைத் திருப்பித் தருவதுபோல வௌவால்களுக்கு கந்தையன் தீனிபோட்டுக்கொண்டிருந்தான்.

கந்தையனின் பேச்சு குறைந்துபோனது. ஊட்டம் குறைந்துபோனது. சீக்கிரமே உடல் நலிந்துபோனான். மனதால் மீண்டுவர முடியாமல் காலங்களைக் கடத்திக் கொண்டிருந்தான். ஒருநாள், வௌவாலுக்குத் தீனி வைத்துக்கொண்டிருந்தபோது, எதிர்வரும் வெள்ளி அன்று வௌவால் குகையை வெடிமருந்து கொண்டு தகர்க்கப்போவதாக இவனிடம் மூன்று வாலிபர்கள் சொல்லிச்சென்றார்கள். தான் வாழ்ந்த மிகச் சிறப்பான வாழ்க்கையின் சாட்சியமாக இருந்த குகையானது தகர்க்கப்பட்டுவிடும் என்ற எண்ணம் கந்தையனை ஆட்கொள்ளத் தொடங்கியது. வீடு திரும்பியவன் நான்கு நாட்களாக வெளியே எங்கும் செல்லாமல் வீட்டிலேயே அடைந்துகிடந்தான்.

ஐந்தாம் நாள் இரவில், செல்லத்தாயி உறங்கிவிட்டாள் என்பதை உறுதிப்படுத்திய பிறகு, திண்ணையில் கிடந்த தடியை எடுத்துக்கொண்டு வெற்று உடம்போடு வெளியேறிவிட்டான் கந்தையன். நெஞ்சுக்கூடு எம்பி நிற்க, ஒடுங்கிய வயிற்றோடு, காறி உமிழ்ந்தபடியே தோப்புக்கு நடைபோட்டான். இருளுக்குள் இருளைப் பொதிந்துவைத்தது போன்ற குகைக்குள் சென்று தன் வழக்கமான இடத்தில் அமர்ந்து கொண்டான். வௌவால்கள் கூச்சலிட்டன. இளம் வௌவால்கள் அவன் மீது அமர்ந்துகொண்டன. இடது தோளில் அமர்ந்திருந்த வௌவாலைத் தடவித்தந்தான். கொஞ்ச நேரத்தில் அவனுக்கு இருள் பழகிவிட்டது. குகைச்சுவரில் ஊசலாடும் வௌவால்கள் குட்டிக்குட்டி இருள்களாகத் துடித்துக் கொண்டிருந்தன. தேங்கிக்கிடக்கும் குட்டையில் நீந்தும் அரட்டவளைகளைப் பிடிப்பதற்காக நான்கைந்து வௌவால்கள் மேலும் கீழும் பறந்துகொண்டிருந்தன. ஒரு வௌவால் கொஞ்சம் ஆழமாக நீரில் கால் ஊன்றவும் அது பறக்க முடியாமல் தண்ணீரில் விழுந்து திணறிக்கொண்டிருந்தது. கந்தையன் அதற்கு உதவ ஏதும் முற்படாமல் வெறுமனே அதைப் பார்த்துக் கொண்டிருந்தான்.

கரையேறிப் பறக்க முடியாமல் கிடந்த வௌவாலுக்கு அருகே, பிரசவ வலியில் அனத்திக்கொண்டிருக்கும் இன்னொரு வௌவால் கண்ணில் பட்டது. அதைத் தன் கைகளில் தூக்கிவைத்துக்கொண்டு அதன் வயிற்றை உற்றுப்பார்த்தான். பெரிதாக இருந்த வயிறு, மேலும்கீழும் துடித்துக்கொண்டிருந்தது. வலியில் முகம் வாடிப்போய்க் கண்கள் சொருகியிருந்தன. தன்னுடைய இடது தொடையில் அதை வாகாக

வைத்துக்கொண்டவாறு புழையை விரித்துவிட முயன்றான். ஓட்டை அடைத்துக்கொண்டிருந்தது. உறுமல்போன்ற ஒலி எழுப்பியது. பலவீனமான அதன் பின்னங்கால்களால் அவனுடைய விரல்களைத் தடுத்தது. சதைப்பிடிப்பற்ற குச்சி போன்ற அதன் கால்களை நகட்டிவிட்டுக் கொஞ்சம் வலுவாகப் புழையை விரித்துவிட்டான். வயிற்றிலிருந்து குட்டி யின் தலை லேசாக எட்டிப்பார்த்தது. தாயின் கண்கள் சொருகியிருந்தன. வழக்கமாக, வௌவால் களோடு செல்லம் கொஞ்சியும், ஏதாவது பேசிக் கொண்டும் இருக்கும் கந்தையன், இப்போது சிறு சத்தம்கூட எழுப்பாமல் அதோடு மல்லுக்கட்டிக் கொண்டிருந்தான். மூச்சுவிட சிரமப்பட்ட தாய் வௌவாலின் புழையிலிருந்து கைகளை எடுத்துவிட்டு அதன் தலையைத் தடவிவிட்டான். குட்டியின் தலை துப்பரவாக வெளியே வந்துவிட்டது. மொழுமொழுப்பான சின்னஞ்சிறு தலை. அதுவே தன் தலையால் உந்தித்தள்ளி வெளியே வருவதற்கு முயன்றுகொண்டிருந்தது. கொஞ்ச நேரம் அதை வேடிக்கைபார்த்துக்கொண்டிருந்தான். பிறகு, கந்தையன் தன்னுடைய விரல்களால் தாயின் வயிற்றை மெதுவாகத் தடவித்தந்து, சடாரெனக் குட்டியின் தலையைப் பிடித்து வெளியே இழுத்தான். தாயும் வெளிவந்த குட்டியும் ஒன்றுபோல் கிறீச்சிடத் தொடங்கின. இரண்டும் குழைந்தன. குட்டியைத் தாயின் மாரில் கிடத்திவிட்டான். தாய் இரண்டொருமுறை தலையைத் தூக்கி எட்டிப்பார்த்தது. இன்னும் அது மூச்சுவிட சிரமப்பட்டுக்கொண்டிருந்தது.

கந்தையனை அப்பியிருந்த வௌவால்களெல்லாம் குட்டி வௌவால் பிறந்த கணத்திலிருந்து அவனை

வட்டமடித்தபடிக் கிறீச்சிட்டன. கிறீச் ஒலி குகையை நிறைத்தது. தாய் வெளவாலை ஓரமாக வைத்தான். பிறந்த குட்டியை இரு கைகளிலும் ஏந்திக் கண்களுக்கு அருகாகத் தூக்கிப்பார்த்தவன், குட்டைக்குள் சடாரென அதை எறிந்துவிட்டான். ஒரு பாறாங்கல்லைத் தூக்கி எறிந்ததுபோல் இருந்தது, சிதறிய தண்ணீரின் சத்தம். வெளவால்கள் செய்வதறியாது கோரமாகச் சத்தம் எழுப்பின. குகையை விட்டு வெளியேறுவதும் உள்ளே வருவதுமாக, தங்களுடைய கோரப்பற்களைக் காட்டிய படி, இறக்கை முளைத்த குட்டி ஓநாய்களாகப் பறந்து கொண்டிருந்தன. தலையைக் கவிழ்த்து உட்கார்ந்திருந்த கந்தையன் அன்றைய இரவில் அந்தக் குகைக்குள்ளேயே இருந்துவிடுவதெனத் தீர்மானித்துவிட்டான்.

ஃ

II

சின்னதுரை

பழைய மகாபலிபுரம் சாலைப் பகுதிகளில் இப்போது ஐம்பது தகவல் தொழில்நுட்ப நிறுவனங்களும், இருநூறு மருத்துவமனைகளும், நூறு கல்லூரிகளும், எழுநூறு உணவகங்களும், அறுபது வங்கிகளும், ஒரு கோல்ஃப் கிராமமும் வந்தாயிற்று என்றும், விரல் விட்டு எண்ணிவிடக்கூடிய அளவுக்கே அங்கே தென்னைகள் இருப்பதாகவும் செல்லத்தாயியிடம் சின்னதுரை சொன்னபோது, ஏற்கெனவே தனக்குக் காது குத்தியாயிற்று என்றாள். கடந்தகால நினைவாக

அவளிடம் எஞ்சியிருக்கும் கல் உரலில் வெற்றிலை பாக்கை இடித்தபடி பொக்கைவாய் திறந்து, பார்வை கொஞ்சம் மங்கிவிட்டதுதான், ஆனால் புத்தியொன்றும் கெட்டுவிடவில்லை என்றாள். அவள் நம்பவில்லை. அவள் மனதுக்குள் இன்றும் அது மாபெரும் தென்னை வனமாக நிலைத்திருந்தது.

சின்னதுரை தன்னுடைய உறவுக்காரப் பெண்ணும், கந்தையனால் பேச்சுவரக் காரணமாக இருந்தவரின் மகளுமான அன்னபாக்கியத்தை மணம் முடித்த பின்பாக, பழைய மகாபலிபுரம் சாலையிலுள்ள மேட்டுக்குப்பம் பாரதியார் தெருவில் குடியேறத் திட்டமிட்டபோது அவனுடைய வீட்டில் இதற்கு எதிராக இருந்தார்கள். அவனுக்குத் தன்னுடைய பால்யகாலப் பெருங்கனவை நனவாக்கத் துடிக்கும் வேட்கை. மற்றவர்களுக்கோ ஏதும் விபரீதம் நடந்து விடக் கூடாது என்ற அச்சம். அது தானாகவே சூனியத்துக்குப் பச்சைக்கொடி காட்டுவது என்பதாக செல்லத்தாயி உட்பட எல்லோர் எண்ணமாகவும் இருந்தது. அந்தக் கணம், தனது குடும்பத்தின் மூத்த ஜீவனான கூன் விழுந்த செல்லத்தாயியிடம், அவள் சுமந்துதிரியும் கந்தையனைப் பற்றிய கதைகளைக் கேட்டுத் தெரிந்துகொள்வதற்காகத்தான் அங்கே குடியேற அடம்பிடிக்கிறேன் என சின்னதுரைக்குச் சொல்லிவிட ஆசைதான். அப்படிச் சொல்வான் என்றால் உறுதியாக எல்லோரும் மறுத்துவிடக்கூடும் என்பதையும் அவன் உணர்ந்திருந்தான். அலுவலக நிமித்தமாக அங்கே இருப்பதுதான் உசிதமானது என, அவர்களுக்குப் புரியாத சொற்களைச் சொல்லி இணங்கவைத்தான். வீடு பார்த்துக் குடிபுகும்போது பால் காய்ச்சக்கூட செல்லத்தாயி வர மறுத்துவிட்டாள்.

கொஞ்சம்கொஞ்சமாக செல்லத்தாயியை இணங்க வைத்து இங்கே அழைத்துவந்துவிட முடியும் என சின்னதுரை நம்பினான்.

குடிவந்த பிறகாக அன்னபாக்கியத்துக்கும் இந்த வீடு பிடிக்கவில்லை. சின்னதுரைக்கும் மற்ற எல்லோரையும் போல அது இன்னுமொரு வீடு மட்டும்தான் என்ற எண்ணம் இருந்திருந்தால் வீட்டை மாற்றும்படி அன்னபாக்கியம் சொல்லும்போது அதைப் பரிசீலிக்க அவனால் முடிந்திருக்கும். துரதிர்ஷடவசமாக, அவனுடைய உள்ளுணர்வின் ஆக்கிரமிப்புக்குக் கட்டுப்பட்டிருப்பதால் இப்படியான பேச்சின்போது அவனது வழக்கமான இயல்பு சிதைந்து வேறொரு ஆளாக உருமாற்றம் கொள்ள வேண்டியிருக்கிறது. அவனே கொஞ்ச நேரத்தில், இவ்வளவு கடுமையாகத் தான் நடந்துகொண்டிருக்கத் தேவையில்லை என்று நினைத்தாலும் தனது விருப்பத்தை நிரூபிப்பதற்கு வலுவான காரணங்கள் எதையும் அவனால் சொல்ல முடியவில்லை என்பதால் இந்தக் கடுமை அவனுக்கு ஒரு கவசமாக உதவிக்கொண்டிருக்கிறது. சாந்தமாகத் திரியும் அவனுக்குள்ளிருந்து, ஊகிக்க முடியாத விதத்தில் கோபம் வெளிப்படுவதை மிகுந்த அதிர்ச்சியோடும் ஆச்சரியத்தோடும் பார்ப்பாள் அன்னபாக்கியம். இது குறித்து மட்டும் அவளால் அவனோடு உரையாட முடிவதில்லை. அவனுக்குள் அவன் மறைத்துவைத்திருக்கும் ரகசியங்களைக் கொஞ்சமேனும் அறிந்துகொள்வதன் வழியாக ஏதாவது ஒருவகையில் அவனுக்கு ஒத்தாசையாக இருந்துவிட முடியாதா என்கிற நல்ல எண்ணம்தான் அவளுக்கு இருந்தது. ஆனால், அது யாருக்கும் திறக்காத ரகசிய அறையாகப் பூட்டிக்கிடந்தது. பிடிவாதக்காரியான

அன்னபாக்கியம் இந்த விஷயத்தில் மட்டும் தன்னை மௌனியாக்கிக்கொள்ளத் தயங்குவதில்லை.

அன்னபாக்கியத்துக்கு இந்த மேட்டுக்குப்பம் பாரதியார் தெரு வீடு ஒரு சூனியக்காரனால் கட்டப்பட்டிருக்க வேண்டும் என்ற எண்ணம். கண்ணுக்குத் தெரியாத ஒரு மாயத்திரைக்குள் மூச்சுமுட்ட இந்த வீட்டைப் பொதிந்துவைத்திருப்பதாகவும் அன்னபாக்கியத்துக்குத் தோன்றுவது உண்டு. மாலை ஆனதும் ஜன்னல் கதவுகளெல்லாம் திறந்திருந்தால்கூட வீட்டுக்குள் காற்று புகுவது கிடையாது. அதனால், எப்போதும் சிடுசிடுவென இருந்தாள். கிழக்குப்புறத்தில் ஜன்னல் இல்லாமலிருக்கும் அந்தச் சுவர் அவளை மேலும் எரிச்சல் மூட்டிக்கொண்டிருந்தது. கொடிய கோடை காலத்திலும்கூட மாலை ஆனதும், கொசுக்களுக்கு பயந்து கதவை மூடிவைத்துவிடுவதால் கண்களை எரியச்செய்யும் வெப்பம் எப்போதும் வீட்டுக்குள்ளே கனன்றுகொண்டிருக்கும். கதவைத் திறந்து ஒரே ஒரு எட்டு வைத்தால் போதும். குளிர்ந்த காற்று முகத்தில் அலையும். இந்த ஒரு அடி இடைவெளிக்குள் சூனியம் புகுந்திருப்பதாக நினைப்பாள். இப்படி வெப்பம் சூழ்ந்திருப்பது ஏதோ ஒருவகையில் தன் மகிழ்ச்சியைக் குலைக்கிறது என்றும் அவளுக்கு ஓர் எண்ணம். வெப்பம் தகிக்கும் பகலின் தனிமைவாசம் அவளை மர்மமான எண்ணங்களுக்கு மட்டுமே கூட்டிச்செல்கிறது. அதனால், அன்னபாக்கியத்துக்கு இந்த வீடு பிடிப்பதில்லை. இந்த வீட்டின் பரபரப்பான விடியலை அவள் வெறுத்தாள். பெருநகரமாக இந்த நிலம் உருமாறியிருந்தாலும் கிராமத்துக்கான கூறு கொஞ்சமேனும் தக்கவைக்கப்பட்டிருந்தது. ஆனாலும்கூட, ஒரு நாளின் பெரும்பாலான

நேரங்களை அன்னபாக்கியம் தனிமையுடன் கழிக்க வேண்டியிருக்கிறது. அதனாலேயே அவள் முகம் தனது ரம்மியம் முழுவதையும் முற்றாக இழந்துவிட்டிருந்தது. அவளுடைய அன்றாடத் தேவைகளுக்கான பாலும் காய்கறியும் மீனும் இறைச்சியும் தெருவுக்கு வந்துவிடும். குரல் கேட்டதும் ஒரு கயிற்றில் பாத்திரத்தைக் கட்டி கீழே விடுவாள். அவளைப் பொறுத்தவரை அவ்வீடு மிதந்துகொண்டிருக்கும் ஒன்று. வெளியே வர வேண்டிய தேவை அவளுக்கு ஒருபோதும் இருந்ததில்லை. யாசகம் கேட்டுகூட யாரும் அவள் வீட்டுக் கதவைத் தட்டியது கிடையாது.

அன்னபாக்கியம் உண்டான பிறகாக அவளுக்குள் இருக்கும் காருண்யம் மறைந்து வன்முறை குணம் மேலெழுந்துவந்தது. அவள் கோபத்துக்கு ஆளாக நேர்வது காற்றில் அலைமோதும் ஜன்னல் கதவு களாகவும் இருக்கலாம், தன் திடீர் பிரவேசத்தால் அவளை அச்சமூட்டும் பல்லிகளாகவும் இருக்கலாம். ராத்திரியில் எழுந்து தண்ணீர் குடிக்கச்செல்லும்போது குறுக்காக ஓடும் ஒன்றிரண்டு பல்லிகளைக் கண்டு பயத்தில் அலறிவிட்டு, தூக்கத்திலிருந்து எழுந்துவரும் சின்னதுரை இதற்கு எப்படி எதிர்வினையாற்றப் போகிறானோ என்றெண்ணி, தயக்கத்தோடு அந்த இடத்திலேயே நின்றபடிக் காத்துக்கொண்டிருப்பாள். உண்டாகியிருப்பவள் பயப்படக் கூடாது என்பது சின்ன துரை விதித்திருக்கும் முதல் கட்டளை. ஒவ்வொருமுறை அதை மீறும்போதும் சின்னதுரை கடிந்துகொள்வதை, கலங்கிய முகத்துடன் கப்புசிப்பென்று மௌனமாகக் கேட்டுக்கொண்டு நிற்பாள். ஆனால், பல்லிகளைக் கொல்லச்சொல்லி அவள் வற்புறுத்தினால் அவனது கோபம் வேறு ரூபம் கொள்ளும். இது மாதிரியான

சமயங்களில் வாய்க்குள் முணுமுணுத்துக்கொண்டு அங்கிருந்து சட்டென நகர்ந்துவிடுவாள்.

அந்த மிதக்கும் வீட்டில் அவர்கள் இருவரும் அடித்துப் போட்ட கொசுக்கள்தான் பல்லிகளுக்குப் பிரதான உணவு. பெரும்பாலும் சிலந்தி வலைகளின் அருகே பல்லிகள் காவல்காக்கும். வலையில் அபூர்வமாக மாட்டிக்கொண்ட பூச்சிகளைப் பிடிக்கச்சென்று தன்னுடைய கால்களால் நூலாம்படையை இழுத்தபடி குறுக்கும்மறுக்குமாக உலாவிக்கொண்டிருக்கும். ஒவ்வொருமுறை அடுக்களைக்குள் நுழையும்போதும் குறுக்காக ஓடி பயமுறுத்தும் பல்லிகளைக் கண்டு அன்னபாக்கியம் திடுக்கிட்டுப்போவாள். ஒவ்வொரு முறையும் உண்மையாகவே அவள் பயந்துபோகிறாள். அந்த ஒரு நொடிக்குள் அவள் தன் இதயத்துடிப்பை அதிகரித்துக்கொள்வாள். கழிப்பறைக்குச் செல்கையில் பல்லிகள் ஏதேனும் சுவரில் தென்பட்டால் அதன் மீது ஒரு கண் வைத்திருப்பாள். ஒரு நொடி பார்வை விலகி மீண்டும் பார்க்கும்போது சட்டென நகர்ந்து காணாமல்போயிருக்கும் — பல்லியை அன்னபாக்கியம் பார்த்துக்கொண்டிருப்பதுபோல பல்லியும் அவளைப் பார்த்துக்கொண்டிருக்கும்.

இரவானதும் கரப்பான்பூச்சிகள் படையெடுக்கத் தொடங்கிவிடும். கரப்பான்பூச்சி இன்ன இடத்தில் இன்ன நேரத்தில் வரும் என்பதை அவள் நன்கறிவாள். கொஞ்சம்கொஞ்சமாகக் கரப்பான்பூச்சிகளைத் தனி யொருத்தியாகக் கொன்றொழித்தாள். கரப்பான்பூச்சிகள் குறித்த சிந்தனை அவளுடைய மனதிலிருந்து விலகிப் பன்னெடுங்காலம் கழித்து, உடல் பருத்த வயதான கரப்பான்பூச்சி ஒன்று மீண்டும் வருகை புரிந்தது.

அதைக் கொல்ல முயலும்போதெல்லாம் அவள் பார்வையிலிருந்து தப்பிவிடும் சாமர்த்தியம் அதற்கு இருந்தது. தினமும் கருக்கல் ஆனதும் குளியலறைக்குள் உலாவுவது அந்த வயதான ஒற்றைக் கரப்பான்பூச்சியின் வாடிக்கை. ஒவ்வொருநாளும் அதன் நடவடிக்கைகளில் மூர்க்கம் கூடிக்கொண்டுபோனதுபோல அவளுக்குத் தோன்றியது. ஆரம்பத்தில், விளக்கை எரியவிட்டு அவள் உள்ளே நுழைந்ததும் பரபரப்பாக ஓடி ஒரு மூலையில் பதுங்கிக்கொள்ளும். சில தினங்களில், அவள் உள்ளே நுழைந்ததும் கால்களைச் சுற்றிவர ஆரம்பித்தது. தண்ணீர் கோரி அதன் மீது ஊற்றித் திசைதிருப்புவாள். மூச்சுமுட்டுவதாகத் தெறித்து ஓடும். ஒருமுறை அவளுடைய கால் மீது ஏறி கரண்டைவரை ஊர்ந்துவிட்டது. அனிச்சையாக அடி வயிற்றைப் பிடித்துக்கொண்டு காலை உதறியதில் கரப்பான்பூச்சி மிதிபட்டு மல்லாந்து விழுந்தது. அடம்பிடிக்கும் குழந்தையைப் போல் கால்களை ஆட்டிக்கொண்டிருப்பதைப் பார்த்தாள். அவள் கொஞ்சம் உதவினால் அது தப்பி ஓடிவிடக்கூடும். ஆனால், அவள் சிந்தனை பயணிப்பதோ வேறு திசையில். விட்டதுவிட்டபடி அங்கிருந்து நகர்ந்து சென்றுவிட்டாள்.

கிட்டத்தட்ட மூன்று மணி நேரம் கழித்து சின்ன துரை வந்தபோது, பொலிவிழந்த முகத்துடனும் நிலைகுத்திய பார்வையுடனும் கண்ணீர் வடித்தபடி உட்கார்ந்திருக்கும் அன்னபாக்கியத்தைப் பார்த்ததும் அவன் பதற்றமடைந்தான். குதித்ததில் தன்னுடைய குழந்தைக்கு ஏதும் ஆகியிருக்குமோ என்ற பயம் அவளை வதைத்துக்கொண்டிருந்தது. ஒரு எச்சரிக்கை போல அதே நேரத்தில் பணிவான குரலில், அவளை

பழைய குருடி • 35 •

சமாதானப்படுத்துவதாக நினைத்து அவளுக்கு அறிவுரை கூறிவிட்டுக் குளியலறைக்குச் சென்றான். இது ஒரு சாதாரண விஷயம் என்பதாக அவன் பேசியது அவளை இன்னும் வதைத்தது.

௬

அன்னபாக்கியம் பேறுகாலத்துக்காக அவளுடைய அம்மா வீட்டுக்குப் போயிருந்ததால் சின்னதுரைக்குத் தனிமைவாசம் சாத்தியமாகியிருக்கிறது. பிறந்து இத்தனை வருடங்களில் தனிமையில் இருப்பது இதுதான் முதன்முறை. உடன்வந்து இருப்பதாகச் சொன்ன கோசலையை விடாப்பிடியாக மறுக்கும் இந்த முரட்டுத்தனத்தை எது ஆட்டிப்படைக்கிறது என யோசிக்க முயன்றான். ஒரு தீர்க்கமான முடிவுக்கு வர முடியவில்லை. ஒன்று தொட்டு ஒன்று எனச் சிந்தனை அவனை எங்கெங்கோ இட்டுச்சென்று சோர்வடைய வைத்தது.

அது ஓர் இரக்கமற்ற கோடைகாலம். அதனால், வேலை முடிந்து வீடு திரும்பியதும் பால்கனியில் அல்லது மொட்டைமாடியில் நிற்பது சின்னதுரையின் வாடிக்கையானது. அன்னபாக்கியத்தால் எப்போதும் அடைத்தே வைக்கப்பட்டிருக்கும் கதவுகளுக்கு இப்போது விடிவுகாலம். ஊரை வேடிக்கைபார்ப்பது சின்னதுரையின் புதுப் பழக்கமானது. விடுமுறை நாட்களில் கால்போன போக்கில் சென்று, பழைய ஆட்களிடம் விசாரிப்பான். அவர்கள் யாருக்கும் கந்தையன் பற்றித் தெரிந்திருக்கவில்லை. இங்கே ஒரு தோப்பு இருந்தது என்பது மட்டும் சிலருக்குத் தெரிந்திருந்தது. அதைப் பட்டவர்த்தனமாக வெளிப் படுத்துவதாக கோல்ஃப் மைதானம் இருந்தது.

ஓட்டுவீடுகள், கீற்றுக்குடிசைகள், பல மாடிக் கட்டடங்கள் என்று விதவிதமாக முளைத்துவிட்டன. கட்டியது போக மிச்சமீதி இடத்தில் எஞ்சிநிற்கும் ஒய்யாரமான தென்னைமரங்களைப் பெரும்பாலும் யாரும் ஒன்றும் செய்யவில்லை. அது ஏதோ வகையில் தங்களுக்கு உதவிக்கொண்டிருக்கிறது என்ற சுயநலம் அதில் இருந்தாலும்கூட அந்தப் பகுதியின் கடந்த காலத்துக்கு சாட்சியமாக அந்தத் தென்னைகள் நின்று கொண்டிருக்கின்றன. வீடுகளுக்கு இடையிடையே அசைந்துகொண்டிருக்கும் தென்னைமரங்களைப் பார்க்கும்போது ஒருகாலத்தில் இங்கே வாழ்ந்திருந்த கந்தையன் குழுக்கள், சின்னதுரையின் கண் முன்பாக விரியும். புதிதாக முளைத்திருக்கும் கட்டடங்களை அப்புறப்படுத்திவிட்டு, பழைய நிலத்தினுடைய பிரம்மாண்டத்தை மனக்கண்ணில் விரித்தெடுப்பான். பெரும் கற்பனையாக மாபெரும் தோப்பு அவன் மனக் கண்ணில் விரிவது அவனைப் பரவசப்படுத்தும். உள்ளே படிந்துகிடந்த ஆள்மன எண்ணங்கள் இப்போது மீண்டும் புத்துயிர் பெறுகின்றன. தனிமையும் கண் முன்னே விரியும் பிரம்மாண்டமான தோப்பினுடைய சித்திரங்களும் அவனைக் கடந்த காலத்துக்குள் அழைத்துச்செல்கின்றன.

அங்கே தனியாக நிற்கும் அந்த ஒற்றைப் பனை மரத்துக்கடியில்தான் கந்தையன் குடிசை இருந்திருக்கும் என்று யோசிப்பான். கந்தையன் இந்த வழியில்தான் காலார நடைபோயிருக்கக்கூடும் என நினைப்பான். அதோ அங்கே சுடலைமாடன் கோயில் இருக்கிறது. இதோ இங்கே வேலிகள் இருக்கின்றன. இப்படி இரண்டு காலங்களில் பயணித்துக்கொண்டிருப்பான். ஒவ்வொரு இரவும் மீண்டும்மீண்டும் ஒரே காட்சிகளை வேறுவேறு

விதமாகக் கற்பனைசெய்துகொண்டிருப்பான். ஒவ்வொரு நாளும் அவன் கற்பனைசெய்துபார்க்கும் இடங்கள் இடம்மாறியிருக்கும்.

ஒவ்வொரு நாள் கற்பனையின் முடிவிலும் சோர்ந்து களைத்துப்போய்ப் படுக்கையில் சாயும்போது பெரும் பாரமாக உணர்வான். தன்னைப் பாடாய்ப் படுத்திக்கொண்டிருக்கும் இந்த எண்ணங்களையும் கனவுகளையும் கற்பனைகளையும் நிறுத்திக்கொள்ள வேண்டும் என்றுகூட சிலசமயம் அவன் யோசிப்பது உண்டு. இந்தக் கற்பனைப் பயணங்கள் சில நேரங்களில் அவனைச் சோர்வூட்டுகின்றன. ஆனால், காலை எழுந்து, கோழை வடியும் முகத்தோடு கதவைத் திறந்தால், அவன் எதிரே அசைந்துகொண்டிருக்கும் தென்னங்கீற்றுகள் அவனது வாடிவதங்கும் கனவுகளுக்கு மீண்டும் உயிரூட்டி அனுப்புகின்றன.

பால்கனியில் நின்றவாறு சின்னதுரை வேடிக்கை பார்த்துக்கொண்டிருந்த ஒரு முன்னிரவு வேளையில் அவனது வலமிருந்து இடம் நோக்கி ஒரு வௌவால் பறந்துசென்றது. அவன் ஏறிட்டபோது அது அவன் கண்களுக்குத் தட்டுப்படவில்லை. இரண்டு நொடிகளில் மீண்டும் கடந்துபோனது. மீண்டும்மீண்டும் சீரான இடைவெளியில் அதிவேகமாக, அந்த சபிக்கப்பட்ட வெளியில் வட்டமிட்டுக்கொண்டிருந்தது. சின்னதுரை இந்த வீட்டுக்கு வந்து இத்தனை மாதங்களில் ஒரு வௌவாலைப் பார்ப்பது இதுதான் முதன்முறை. தட்டானை, வண்ணத்துப்பூச்சியையும்கூட இங்கே அவன் பார்த்ததில்லை. மழைக்காலங்களில் தவளைச் சத்தத்தையும் கேட்டதில்லை.

அவனுடைய சித்தியின் வீட்டுக்குத் தெற்கே ஒரு சிறிய குகை உண்டு. மழைக்காலத்துக்கு மட்டும் அங்கே வௌவால்கள் குடிகொள்ளும். ஒருமுறை நான்கைந்து சிறுவர்களுடன், கையில் தீப்பந்தத்தோடு அக்குகைக்குள் சென்றிருக்கிறான். தீப்பந்தத்தோடு உள்ளே நுழைந்ததும், பெரும் புயல்காற்றில் அடித்துச்செல்லப்படும் காய்ந்த இலைகளாக வௌவால்கள் அவர்களைக் கடந்து வெளியேறின. அப்போது அவை எழுப்பிய கிறீச் ஒலியை இப்போது அவன் மீண்டும் நினைத்துப் பார்த்தான். கூடவே, கந்தையனின் சித்திரம் ஒரு பெரும் கவலையாக அவனை அப்பிக்கொண்டது.

மிகச் சிறிய அந்த ஒற்றை வௌவாலை வேடிக்கை பார்த்தபடி வெகுநேரம் அங்கே நின்றுகொண்டிருந்தான். எங்கெங்கோ அலைந்துதிரிந்து, தன்னுடைய கூட்டைக் கண்டறிய முடியாமல் இந்த ஈவிரக்கமற்ற சூனிய வெளியில் பரிதவித்துக்கொண்டிருப்பதாக அவனுக்குத் தோன்றியது. சிறிது நேரத்தில், அவனை நோக்கிப் பறந்துவந்த அந்த வௌவால் அவனது தலைக்கு மேலே தொங்கிக்கொண்டிருக்கும் குண்டுபல்பின் மீது வந்தமர்ந்தது. அந்தக் குண்டுபல்பைத் தாங்கியிருக்கும் ஹோல்டர் கொஞ்சம் விலகியிருந்ததால் சிறிய ஓட்டை ஒன்று அங்கே இருந்தது. அந்த ஓட்டைக்குள் தன்னை நுழைத்துக்கொள்ள முயன்றது. நாராசமாக ஒலிக்கத் தொடங்கிய நாய்களின் குரைப்புச் சத்தம் கேட்ட திசையைப் பார்த்தான். கையில் சிறு பொட்டலத்துடன் நடந்துசென்றவனின் இடமும் வலமுமாக, குரைத்தபடி அவை பின்தொடர்ந்து சென்றன. மீண்டும் வௌவாலை ஏறிட்டுப்பார்க்கையில் அது இருளோடு இருளாகக் கலந்திருந்தது.

முன்பொருநாள், நிலைக்கதவுக்கு சற்று தள்ளி பெரும் குவியலாக எச்சங்கள் நிறைந்திருந்தபோது அன்னபாக்கியம் இவனை அழைத்துக்காட்டியது நினைவுக்குவந்தது. அனுதினமும் காலை அந்தக் குவியலை அள்ளும்போது அன்னபாக்கியம் சலித்துக் கொள்வாள். குண்டுபல்பு வெளிச்சத்துக்கு வரும் சொற்பப் பூச்சிகளுக்காகப் பல்லிகள் அதைச் சூழ்ந்து இருப்பதை சின்னதுரையும் அன்னபாக்கியமும் கவனித்திருந்ததால், பல்லி எச்சம் என்றுதான் முதலில் நினைத்திருந்தார்கள். அது என்னவென்று தெரியாமலே கூட்டிப்பெருக்கியிருந்தார்கள். அன்னபாக்கியம் சென்ற பிறகு இவ்வளவு நாளும் அதைக் கூட்டிப்பெருக்கியது சின்னதுரைதான். ஆனால், அது வெளவால் எச்சம் என்பது அவனுக்குத் தெரிந்திருக்கவில்லை. அந்த ஓட்டையில்தான் அந்த வெளவால் இரவானதும் தஞ்சம் புகுந்துவிடுகிறது என்பது உரைக்கவும் வெளவால் அவன் மனதை ஆக்கிரமிக்கத் தொடங்கியது. அன்றிலிருந்து ஒவ்வொரு இரவும், வெட்டவெளியில் வட்டமடிக்கும் ஒற்றை வெளவாலை வேடிக்கைபார்ப்பதை வாடிக்கை ஆக்கிக்கொண்டான்.

தூக்கம் வராமல் வெளியே வந்து நின்ற ஒரு நள்ளிரவு வேளையில் வெளவாலை அருகே பார்க்கும் ஆசையில் ஒரு மர நாற்காலியை இழுத்துப்போட்டு டார்ச் வெளிச்சத்தில் அதை உற்றுப்பார்த்தான். அது அந்தச் சிறிய ஓட்டைக்குள் தன்னைச் சுருக்கிக்கொண்டிருந்தது. வெளிச்சத்தைக் கண்டதும் மிரட்சியான அதன் பார்வை அவனை அச்சமூட்டியது. வேறு வெளவால் ஏதும் உடன் இருக்கிறதா என்று தேடிப்பார்த்தான். பிறகு, சிறு ஈக்குச்சியை எடுத்துவந்து அதன் மீது லேசாகக் குத்தவும்,

சட்டெனக் கீழிறங்கி அவனை உரசியபடிப் பறந்து சென்றுவிட்டது.

பறந்துசென்ற வெளவால் மீண்டும் அதனுடைய கூடு திரும்புவதற்காகக் காத்திருந்தான். வெளவாலை விரட்டிய குற்றவுணர்வு ஒருபுறம் அவனை வதைத்துக் கொண்டிருந்தது. நீண்ட நேரம் காத்திருந்தான். அது திரும்புகிறதாயில்லை. பிறகு, அந்த நெடிய காத்திருப்பைத் துறந்துவிட்டுத் தூங்கச்சென்றான். அதிகாலை எழுந்து கதவைத் திறந்து பார்த்தபோது வாசலருகே எச்சங்கள் நிறைந்திருந்தன.

௬

சின்னதுரைக்குப் பெண் குழந்தை பிறந்திருந்தது. வீடு திரும்பியிருந்த அன்னபாக்கியம், வெக்கை மூண்டிருக்கும் ஒரு முன்னிரவு வேளையில் தன்னுடைய மகளுக்குப் பாலூட்டிக்கொண்டிருந்தாள். அவளும் குழந்தையும் தனித்திருந்தார்கள். இடது முலையைச் சப்பிக்கொண்டே பிஞ்சு விரல்கள் அவளது கன்னத்தைத் தடவித்தந்தன. குழந்தையின் உதட்டோரம் கசியும் பால்துளிகளை அவ்வப்போது துடைத்துவிட்டுக்கொண்டிருந்தாள். கன்னம் தடவும் பிஞ்சு விரல்களுக்குள் அவளுடைய பெருவிரலை நுழைத்துக்கொண்டாள். அந்தக் கணத்தில் அப்படியே லயித்துப்போயிருந்தாள். ஆனால், இந்த லயிப்பு அவளுக்கு ரொம்ப நேரம் நீடிக்கவில்லை. ட்யூப்லைட் வெளிச்சத்தை மறைத்தபடி நிழலொன்று கடந்து போனதைக் கண்டதும் அலறியபடி, குழந்தையைத் தூக்கிக்கொண்டு வெளியே ஓடினாள்.

வீட்டினுள் வெளவால் நுழைந்திருந்தது.

திறந்துகிடந்த மார்போடு மகளை அணைத்துக்கொண்டு ஜன்னல் வழியே உள்ளே எட்டிப்பார்த்தாள். சுவரின் மூலையில் சுவரோடு சுவராக அந்த வௌவால் அப்பியிருந்தது. பதற்றம் அவளைப் பற்றியிருந்தது. வௌவால் மீது கண்வைத்தபடியே, அழும் குழந்தைக்குத் தட்டிக்கொடுத்துக்கொண்டிருந்தாள். பதற்றம் நீங்கிய பாடில்லை. சுற்றுமுற்றும் ஏறிட்டபோது அவளது வீட்டைத் தவிர பிற அனைத்தும் மாயமாகித் தானொரு தனித்த தீவில் நிற்பதுபோன்ற பிரமை. வௌவால் பறக்க முயன்றால் மின்விசிறியில் அடிபட்டுச் சிதறிப்போகவும் வாய்ப்பிருக்கிறது என்ற எண்ணம் எழவும், குழந்தையை நெஞ்சோடு அணைத்துக்கொண்டு உள்ளே சென்று மின்விசிறியை அணைத்துவிட்டு, சட்டெனத் திரும்பி மீண்டும் ஜன்னலருகே வந்து நின்றுகொண்டாள். மூலையில் ஒட்டிக்கொண்ட வௌவால் அந்த இடத்தை விட்டு நகரவில்லை. இவளும் நின்ற இடத்திலிருந்து நகர்வதாயில்லை. சின்னதுரை வந்துசேரும்வரை ஜன்னலருகே காத்திருப்பதாக முடிவெடுத்துக்கொண்டு, வௌவால் தன் பார்வையிலிருந்து மறைந்துவிடாதவாறு அதிலிருந்து தன்னுடைய கண்களை விலக்காமல் வெறித்துக்கொண்டிருந்தாள்.

௬

சின்னதுரை வௌவாலை விரட்ட ஆயத்தமானான். முகத்தைத் துண்டால் மறைத்துக்கொண்டான். பிளாஸ்டிக் பைக்குள் கையை நுழைத்துக்கொண்டு வௌவாலைப் பிடிக்கச்சென்றான். அருகில் வருவதை உணர்ந்த வௌவால் சட்டெனப் பறந்துசென்று எதிர்ச்சுவரில் போய் ஒட்டிக்கொண்டது. பூட்டிய அறைக்குள்ளிருந்து அழுகையினூடே தொடரும்

அன்னபாக்கியத்தின் விசாரிப்புகளுக்குப் பதில் சொல்லியபடி வெளவாலோடு மல்லுக்கட்டிக் கொண்டிருந்தான் சின்னதுரை. திறந்து வைத்திருந்த கதவின் வழியே அதைப் பறக்கவைக்க அவன் கைக்கொண்ட முயற்சிகளெல்லாம் வீணாகின. அந்தச் சிறிய ஒற்றை அறைக்குள்ளே அங்குமிங்கும் இடம் மாறிக்கொண்டிருந்தது. பொறுமையிழந்தவனாக, ஈக்கு வாரியலை எடுத்துவந்து, எட்ட நின்றுகொண்டு அதன் மீது தூக்கி எறிந்தான். இலக்கு தப்பவில்லை. வெளவால் நிலைகுலைந்து கீழே விழுந்தது. கை கால்களை மடக்கித் தன்னுடைய உடலைக் குறுக்கிச் சுருண்டுகிடந்தது. கறுப்புப் போர்வையால் போர்த்திக் கொண்டு, தலை மட்டும் தெரியும்படி கவிழ்ந்து ஒரு ஆள் உட்கார்ந்திருப்பதுபோல இருந்தது. சின்ன வயதில், இரவு வேளைகளில் வெளவாலைக் கண்டு இவன் பரவசப்பட்டுக்கொண்டிருக்கும் போது, அது கந்தையன்தான் என்று செல்லத்தாயி சொன்னது இப்போது நினைவுக்குவந்து இம்சித்தது. பாரமானது மனம். வெளவால் தனது உடலைத் தளர்த்துவதைக் கண்டதும், வாரியலை எடுத்துவந்து வெளவால் பறந்துவிடாதவண்ணம் அதை அழுந்தப் பிடித்து வாசலை நோக்கித் தரையோடு தரையாக இழுத்துச்சென்றான். வாசலுக்கு வெளியே அதைத் தள்ளியதும் கதவைச் சாத்திக்கொண்டான்.

மின்விசிறி அற்ற வெக்கை சூழ்ந்த அறைக்குள் நடந்த போராட்டத்தில் அவன் கடுமையாக வியர்த்திருந்தான். மனமும் கனத்துப்போயிருந்தது. உள்ளறைக் கதவைத் திறந்து, அன்னபாக்கியத்தைக் கட்டிக்கொண்டான். அவள் மீண்டும் தேம்பியழத் தொடங்கிவிட்டாள். அழுகையினூடே, ஓட்டையை அடைத்துவிடும்படி

வற்புறுத்திக்கொண்டிருந்தாள். அவன் அதற்கு சம்மதித்த பிறகே அவளுடைய அழுகை நின்றது.

நிதானத்துக்குத் திரும்பிய பிறகு கொஞ்ச நேரம் கழித்து, அன்னபாக்கியத்தையும் குழந்தையையும் உறங்கவைத்துவிட்டு வெளியே வந்து ஓட்டையைப் பார்த்தான். காலியாகயிருந்தது. மர நாற்காலியை வெளியே இழுத்துவந்து போட்டு, ஓட்டையை அடைக்க ஆயத்தமானான். குண்டுபல்பு ஹோல்டரை அந்த ஓட்டையை மறைக்கும்படி வைத்து அடைத்து விட்டுவந்து படுத்துக்கொண்டான். வெகுநேரம் அவனுக்குத் தூக்கம் பிடிக்கவில்லை. மனைவியும் குழந்தையும் அசந்து தூங்கிக்கொண்டிருந்தார்கள். காலை எழுந்ததும் செல்லத்தாயியிடம் சகுனம் கேட்க வேண்டும் என்று நினைத்துக்கொண்டான். விடுப்பு எடுத்துச்சென்று திருஷ்டி கழித்துவிட்டு வர வேண்டும் என்பதாக வெவ்வேறு எண்ணங்கள் அவனுக்குள் ஓடிக் கொண்டிருந்தன. கூடவே, அந்த வௌவால் பற்றிய எண்ணமும் அவனை வதைத்துக்கொண்டிருந்தது.

எழுந்துவந்து சப்தமெழுப்பாதவாறு கதவைத் திறந்து வெளியே சென்றான். கதவை மெல்ல மூடிவிட்டு வெட்டவெளியில் பார்வையை அலையவிட்டான். காற்றில் தென்னை இலைகள் நிதானமாக அசைந்து கொண்டிருந்தன. தெருவிளக்குகளின் கீழே நாய்கள் படுத்திருந்தன. இவன் பார்வை நிலைகுத்தியிருந்தது.

அப்போது, திடீரெனக் கேட்டது கிறீச் சப்தம்.

உடல் நடுங்க ஏறிட்டுப்பார்த்தான். கரிய உருவம். அவனுக்கு அங்கே வௌவால் இருப்பதுபோன்ற பிரமை ஏற்பட்டதும், விரைந்து உள்ளே சென்று டார்ச்சோடு

ஓடிவந்தான். குண்டுபல்பின் மீது வெளவால் தொங்கிக் கொண்டிருந்தது. வெளவால் அந்தக் குண்டுபல்பை இறுக்கமாக அணைத்திருந்தது. மீண்டும் கிறீச் சப்தம். அந்தச் சப்தம் அவனை இம்சித்தது. மீண்டும் டார்ச் அடித்துப்பார்த்தான். அது பீதியுடன் இருப்பதாக, கூட்டை இழந்து தவிப்பதாக என்னென்னவோ நினைத்துக்கொண்டு தன்னை வருத்திக்கொண்டான். வாரியலைத் தூக்கி அதன் மீது வீசியது, அழுந்த இழுத்துக்கொண்டு வெளியே தள்ளியது அவனுடைய நினைவுக்கு வந்ததும் ஏதும் அடிபட்டிருக்குமோ என இடப்புறம் நகர்ந்து அதைக் கூர்ந்துபார்த்தான்; மிகச் சிறிய ஓநாயைப் போன்ற முகம், அடிபட்ட நாயைப் போன்ற கண்கள், சதை வற்றிப்போன தன்னுடைய பாட்டியைப் போன்ற உடல், மடங்கிய குடையாக உயிர்ப்புள்ள கைச்சிறகுகள். பெரிதாக இருந்தது அதன் அடிவயிறு.

ఴ ಐ

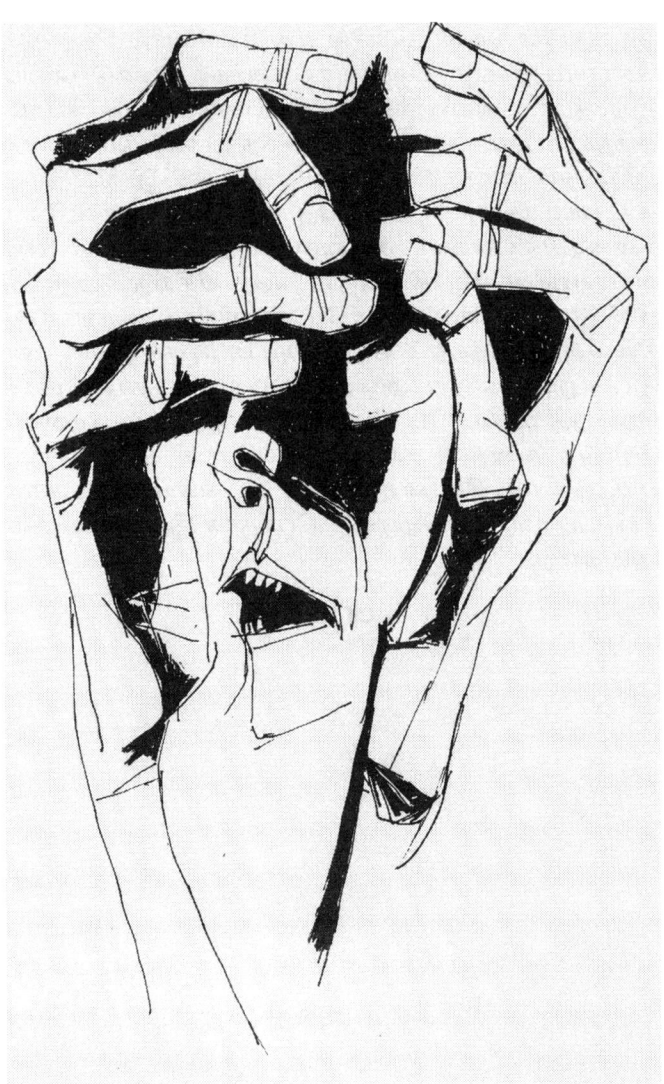

வின்செண்ட்டின் அறை

வின்செண்ட் குறித்து அவன் சொல்லத் தொடங்கும் போது ஏற்கெனவே அறைக்குள் இறுக்கம் கூடியிருந்தது. எங்கள் இருவருக்கிடையேயும் கொஞ்சம்கொஞ்சமாக வளர்ந்துவந்திருந்த மனக்கசப்புக்குக் காரணமாக அவனிடம் ஒரு கதை இருந்தே தீரும் என்று நான் ஊகித்திருந்தது சரிதான். அவனாகச் சொல்வான் என வெகுநாள் காத்திருந்து சோர்ந்துபோய் இப்போது நானாகவே கேட்டுவிட்டேன். இதற்காகத்தான் நெடுங்காலமாகக் காத்திருந்ததுபோல அவனும் சொல்ல ஆயத்தமானான். அறைக்குள் பொட்டு வெளிச்சம் இல்லாதபடி, ஜன்னல் கதவுகளை மூடிவிட்டு விளக்குகளை அணைத்துவைத்தான். அதற்கெல்லாம் அவசியமில்லை என்பதுபோல நான் கண்களை மூடிக் கொண்டேன். அவன் ஏற்கெனவே பலமுறை ஒத்திகை பார்த்தவனாகப் பேசத் தொடங்கினான்:

மின்னணுவியல் பிரிவில் பட்டயப் படிப்பு முடித்து விட்டு, பொறியியல் கல்லூரியில் நான் நேரடியாக இரண்டாம் ஆண்டு சேர்ந்தபோது கல்லூரி தொடங்கி மூன்று வாரங்கள் கழிந்திருந்தன. என்னுடைய முதல்

நாள் வகுப்பும்கூட முதல் இரண்டு பாடவேளைகள் முடிந்து மூன்றாவது பாடவேளையில்தான் தொடங்கியது. வகுப்பறையைத் தேடிக் கண்டுபிடித்து உள்ளே நான் நுழையவும் வகுப்பறை என்னைப் பெரும் ஊளைச்சத்தத்தோடு வரவேற்றது. படிப்பைத் தவிர வேறு எதிலுமே அக்கறைகாட்ட விரும்பாத மிகவும் கண்டிப்பான கல்லூரி என்று அது பெயர் வாங்கியிருந்ததால் இப்படியான ஒன்றை நான் எதிர் பார்த்திருக்கவில்லை. அந்தக் கல்லூரிக்கு எங்கள் பகுதியில் பெரிய செல்வாக்கு இருந்தது. கண்டிப்புதான் காரணம். பெண்பிள்ளைகளோடு ஆண்கள் பேசினாலே தண்டனை என்று அங்கே விதி இருந்தது. செல்ஃபோன் பயன்படுத்தத் தடை இருந்தது. விடுதியறையில் நீலப்படம் பார்த்து மாட்டிக்கொண்டால், அந்த மாணவர்களின் பெயர்கள், அவர்கள் செய்த காரியம், எந்தத் துறையைச் சேர்ந்தவர்கள் என விலாவாரியாகக் கல்லூரியின் எல்லாத் துறைகளின் கவனத்துக்கும் சென்றுவிடும். குறிப்பிட்ட நாட்கள் இடைநீக்கம் செய்துவிடுவதோடு, சம்பந்தப்பட்டவர்களின் வீட்டுக்கும் தெரியப்படுத்திப் பெற்றோரை வரவழைத்து அவர்கள் முன்பாகவும் அவமானப்படுத்திக் கூனிக்குறுகவைத்துவிடுவார்கள். அதேபோல, வகுப்பு தொடங்கி எல்லா ஆண்களும் வகுப்பறைக்குள் சென்ற பிறகே பெண்களால் உள்ளே வர முடியும். அவர்களுக்கென்று பிரம்மாண்டமான, தனிமைப்படுத்தப்பட்ட காத்திருப்பு அறைகளை உருவாக்கியிருந்தார்கள். அங்கிருந்து வரிசைவரிசையாக அவரவர் வகுப்புக்கு அணிவகுத்துச்செல்ல வேண்டும். வகுப்பு முடிவதற்கு ஐந்து நிமிடங்களுக்கு முன்பாகவே அவர்களை அந்தக் காத்திருப்பு அறைக்கு அனுப்பிவிடு வார்கள். அந்த அறைக்குப் பின்பக்கமாக, ஆண்களின் கண்களுக்குத் தட்டுப்படாத இடத்தில், அவர்களுக்கான

கழிப்பறையும் உணவகமும் இருந்தன. வகுப்பறை, அலுவலகம் எனக் கல்லூரி நிர்வாகத்தின் நேரடிக் கண்காணிப்பு இல்லாத பிற இடங்கள் எவற்றிலும் ஆணும் பெண்ணும் பார்த்துக்கொள்ளக்கூட சாத்தியமில்லை. இதனால், பெண்பிள்ளைகளைப் பெற்றெடுத்த பெற்றோர்களுக்கு இந்தக் கல்லூரியானது பெரும் நிம்மதியையும் ஆசுவாசத்தையும் தருவதாக இருந்தது. இப்படிப்பட்ட கல்லூரியில், நான் அந்த ஊளைச்சத்தத்தை எதிர்பார்த்திருக்கவில்லை. வகுப்பறைக்குள் இன்னும் பேராசிரியர் வந்திராதது எனக்கு பாதகமாகப்போயிற்று. மேலும், நான் இப்போது இருப்பதுபோல அப்போது இருக்கவில்லை. முதல் நாள் என்பதால் சீருடை அணிந்திராமல், கால்களோடு ஒட்டிய கறுப்புக் காற்சட்டையும், பூப்போட்ட சந்தனநிறச் சட்டையுமாக, அசல் பட்டிக்காட்டுத் தோற்றத்தில் சென்றிருந்தேன். அந்த உடையில் உள்ளே செல்லவே கூச்சப்பட்டுக்கொண்டிருந்தேன். அதனால், அவர்கள் அப்படிக் கத்தியதும் என்னிடம் சட்டெனப் பதற்றம் தொற்றிக்கொண்டுவிட்டது. வகுப்பறை வாசலிலிருந்து மூன்றாம் நெடுவரிசைக்குப் போகும் சிறு இடைவெளிக்குள் எனக்கு மூச்சுவாங்கத் தொடங்கிவிட்டது. பாரபட்சமில்லாமல் எல்லோரும் என்னைப் பார்த்து சிரிப்பதுபோல் வேறு தோன்றியது. அப்போதுதான், முதல் வரிசை இருக்கையில் ஒற்றை ஆளாக இருந்த வின்சென்ட், கண்ணைக்காட்டி அருகே உட்காரும்படிச் சொன்னான். நானும் அந்த வாஞ்சையான அழைப்பை மறுயோசனையின்றி ஏற்றுக்கொண்டேன். அவன் அருகே உட்கார்ந்ததுதான் தாமதம், ஊளைச்சத்தம் இன்னும் அதிகமானது. கூடவே, கேலியான சிரிப்பும் எக்காளமும் சேர்ந்துகொண்டன. அவன் அதையெதையும் பொருட்

படுத்தாமல், "வின்செண்ட்" என்றபடி கை நீட்டினான். அவனுக்குக் கைகொடுக்கவும், ஒரு கேலியான ஓஹோவை எல்லோரும் லயத்தோடு சொன்னார்கள். எனக்காகத் தொடங்கிய ஊளைச்சத்தம் பிறகு வின்சென்ட்டுக்கான கேலியாக மாறியதைப் புரிந்து கொள்வதில் எனக்கு அதிக சிரமம் இருக்கவில்லை. வின்சென்ட் ஒரு பெண்ணுக்குரிய லட்சணத்தோடு இருந்தான். எண்ணெய் வைத்து வகுடெடுத்துச் சீவியிருந்தான். அவ்வப்போது முகத்தை ஒத்திக்கொள்ள ஏதுவாக இடதுகைக்குள் கைக்குட்டையைச் சுருட்டி வைத்திருந்தான். பொருத்தமில்லாத சிறிய கைக் கடிகாரம். சதைப்பிடிப்புள்ள குட்டையான உடல். லேசாக உப்பிப்போய்த் துருத்திக்கொண்டிருக்கும் மார்புக்காம்புகள். நீண்ட விரல்கள். அடர்ந்த புருவம். என்னைவிட நான்கைந்து வயது அதிகம் இருப்பது போன்ற முதிர்ந்த தோற்றம். பேச்சில் நளினம். ஒவ்வொரு அசைவிலும் அபிநயம். இவை எல்லாவற்றுக்கும் கொஞ்சம்கூடப் பொருந்தாத, மேல் உதட்டை மறைத்திருக்கும்படியான அடர்த்தியான மீசை.

ஊருக்கு ஒதுக்குப்புறமாக மிகப் பெரும் இடத்தை வளைத்துப்போட்டுக் கட்டப்பட்டிருக்கும் அந்தக் கல்லூரியானது உலகத்திலிருந்து தனியே இயங்கிக் கொண்டிருப்பதான தோற்றம் தரும். அந்தத் தனி உலகத்துக்கு உள்ளாக வின்சென்ட் தனித்திருந்தான். முதல் நாளிலிருந்து வின்சென்ட் தொடர்பாக எனக்கு ஏகப்பட்ட எச்சரிக்கைகள் — "அவன் உன்ன மண்டிபோட வச்சிருவான்", "அவன் வாய்ல கேப்பான், ஜாக்கிரதை", "நம்ம கஞ்சியக் குடிக்கலனா அவனுக்குக் கைகாலெல்லாம் ஆட ஆரம்பிச்சிடும்", "அதுவொரு நோயாம்" — வந்தபடி இருந்தன. கூடவே, அவன்

கொஞ்சம் பைத்தியம் என்றும் சொன்னார்கள். ஆள் எப்போது மாறுவான் என்றே தெரியாது என்றார்கள். பள்ளிக் காலத்தில் நட்போடு பழகிய ஒரு மேட்டுக்குடிப் பெண்ணிடம் அவன் தவறாக நடந்துகொண்டதாகவும், அந்தப் பெண் சமயோசிதமாகத் திட்டமிட்டு அவளது சொந்தக்காரர்களிடம் அவனை மாட்டிவிட்டதாகவும், அதில் மண்டை உடைபட்டு சில வருடங்கள் மன நலக் காப்பகத்தில் இருந்ததாகவும் ஒரு கதையைச் சொன்னார்கள். சொல்லிவைத்தாற்போல எல்லோரும் ஒரே கதையைச் சொன்னது என்னிடம் நம்பிக்கையை உருவாக்குவதற்குப் பதிலாக, எல்லோரிடமும் எப்படி ஒரே கதை பரவியது என்பதை அறியத் தூண்டும் ஆர்வமே தொற்றிக்கொண்டது. ஆனால், அந்தக் கதையைத் தொடங்கிவைத்த நபரைக் கண்டுபிடிப்பது எளிதானது அல்ல. ஒருவேளை வின்சென்ட்டுக்குத் தெரிந்திருக்கலாம். ஆரம்பத்திலும் அதற்குப் பிறகு நெருக்கமாகப் பழகியதற்கு அப்புறமும்கூட ஏனோ அதைக் கேட்பதற்கான இடத்தை அவன் தரவில்லை.

இவ்வளவுக்குப் பிறகும் யாருடைய கதைகளையும் காதில் வாங்கிக்கொள்ளாமல் வின்சென்ட்டோடு நான் புழங்கிக்கொண்டிருந்ததால் அவனோடு சேர்த்து என்னையும் கேலிபேசினார்கள். எங்கள் இருவரையும் காதலர்கள் என்றார்கள். யாரேனும் வகுப்பறைக்குள் நுழைந்தால் அந்த நபருக்கு விருப்பமான பெண்ணின் பெயரைச் சொல்லிக் கூச்சலிடுவது வழக்கம். ஆனால், நான் வகுப்பறைக்குள் நுழையும்போதோ 'வின்சென்ட் வின்சென்ட்' என்பார்கள். அதையெல்லாம் நான் சகித்துக்கொண்டு வின்சென்ட்டோடு நட்பைத் தொடர்ந்துகொண்டிருந்தது என் மீதான அன்பை அவனிடம் அதிகரித்திருக்கக்கூடும். கொஞ்ச நாட்களில்,

வின்சென்ட் குறித்துச் சுற்றிக்கொண்டிருக்கும் கதைகளுக்கு மாறாக அவன்தான் தொந்தரவை எதிர்கொண்டிருந்திருக்கிறான் என்பதைத் தெரிந்து கொண்டேன். ஒருமுறை, அவனிடம் ஒன்பது மணிக்கு வந்து நேரம் கேட்டுவிட்டு, அவன் "ஒம்போது" என்றதும், பக்கத்தில் இருப்பவர்களிடம் "ஒம்போதான்டா" என்றிருக்கிறார்கள். "உனக்குக் கூடப்பிறந்த தம்பி உண்டுல?" என்று கேட்டுவிட்டு, இவன் இல்லை என்றதும், "இவனுக்குத் தம்பி இல்லையாம்" என்றிருக்கிறார்கள். விடுதி அறையில் கூடுபவர்களால் பாலியல் சீண்டலுக்கும் ஆளாகி இருக்கிறான். திருட்டுப்பட்டமும் அவன் மீது சுமத்தப்படவே கடும் அவமானங்களுக்கு நடுவில் நாட்களைக் கழிக்க நேர்ந்திருக்கிறது. நம்பிக்கையோடு யாருடனும் பழக முடியாமல்போயிருக்கிறது. நல்ல வேளையாக, அப்போது அங்கே இருந்த விடுதிக் காப்பாளரினுடைய முறையீட்டால், மூன்றாம் ஆண்டுக்குப் பிறகு தரக்கூடிய தனி அறையை அவனுக்குக் கொடுத்திருக்கிறார்கள். அதற்குப் பிறகு அவனுடைய உலகத்துக்குள் அவன் யாரையும் நுழைய அனுமதிக்கவில்லை. சிடுசிடுப்பானவனாக, யாருடைய ஏச்சுப்பேச்சுக்கும் பதில் சொல்லாதவனாக, இவனோடு வந்து அக்கறையோடு பேசுபவர்களுக்கு ஓரிரு வார்த்தைகளில் மட்டும் பதில்சொல்லி, பிடி கொடுக்காதவனாகத் தன்னுடைய சுபாவத்தை மாற்றிக் கொண்டிருந்திருக்கிறான்.

உடலளவிலும் மனதளவிலும் அவன் பெண்ணுக்கான லட்சணங்களைக் கொண்டிருக்கிறான் என்பதோடு சில நேரங்களில் மனப்பிசகலும் நேர்ந்துவிடுகிறது என்பதால் அப்போது அவன் குழந்தையினுடைய

இடத்தையும் எடுத்துக்கொள்கிறான் என்கிற எண்ணம் எனக்கு இருந்ததுதான் அவனோடு ஒட்டிக் கொண்டதற்குக் காரணம். அதனால்தான், அவன் பித்துப்பிடித்தவன்போல நடந்துகொள்வதற்கான உண்மையான காரணத்தை அறிந்துகொள்ள வேண்டும் என்று எனக்குத் தோன்றியது.

சில நேரங்களில், வின்சென்ட் தனது விடுதியிலிருந்து வகுப்புக்குச் செல்லும் வழியில் ஒரு மரத்தடியில் போய் நின்றுகொள்வான். தலைகவிழ்ந்தபடி கொஞ்ச நேரம் அசையாமல் நின்றுவிட்டுப் பிறகு செல்ஃபோனை எடுத்துக் காதில் வைத்துக்கொண்டு, சரி என்பதாகத் தலையாட்டுவான். மீண்டும் வந்த வழியே திரும்பி சில எட்டுவைத்துவிட்டு, மறுபடியும் எதிர்த்திசையில் நடக்கத் தொடங்கும்போது முன்பு போல அல்லாமல் அவனுடைய நடையின் வேகம் குறைந்திருக்கும். சட்டெனக் கீழே உட்கார்ந்து சிரித்துச்சிரித்துப் பேசத் தொடங்குவான். வெட்கப் படுவான். திடீரெனப் பார்ப்பவர்களுக்கு, யாரோ ஒருவரோடு அவன் சுவாரஸ்யமாகப் பேசிக் கொண்டிருப்பதுபோலவே தோன்றும். அவன் மீது எனக்குக் கரிசனை இருந்ததால் இந்தச் செய்கை எனக்கு பீதியூட்டுவதாக இருந்தது. என்னைப் போல் கல்லூரியில் புதிதாகச் சேர்ந்திருப்பவர்கள் மட்டும் அவனை வேடிக்கைபார்ப்பார்களே தவிர மற்றபடி யாரும் அவனுடைய இந்தச் செய்கையில் குறுக்கிடவில்லை. நிர்வாகத்தின் காதுகளுக்கு இந்த விஷயம் போனது என்றாலும்கூட, படிப்பில் கல்லூரிக்குப் பெயர்வாங்கித் தருபவனாக அவன் இருந்ததாலும், அவனால் எந்தப் பிரச்சினையும் வந்ததில்லை என்பதாலும் இதைப் பெரிதுபடுத்தவில்லை

என்றார்கள். இது தொடர்பாக அவனுடைய பெற்றோரின் காதில் போட்டுவைத்திருக்கிறார்கள் என்றும், அவ்வப்போது அவனை அவர்கள் மருத்துவரிடம் அழைத்துச்செல்வார்கள் என்றும் கேள்விப்பட்டேன். அவனுடைய மனச்சுமையை இறக்கிவைப்பதற்கானவனாக நான் இருக்க வேண்டும் என்று தோன்றியது. அதனால், அவனை இன்னும் நெருக்கமாக்கிக்கொள்ள நினைத்தேன். மேலும், அவனுடைய பைத்தியக் கணத்தில் இருந்த ஒழுங்கு எனக்குள் ஆர்வத்தைத் தூண்டிவிட்டிருந்தது. அவன் மரத்தடியில் நிற்கும் நேரம், தலைகவிழ்ந்திருக்கும் நேரம், ஃபோன் பேசிவிட்டு எதிர்த்திசையில் நடை போடும் நேரம், உட்கார்ந்து உரையாடும் நேரம் என ஒவ்வொன்றும் ஒவ்வொரு முறையும் ஒரே கதியில் துல்லியமாக நடந்தன.

அவனுக்காக அவனது அறையில் யாரோ காத்துக் கொண்டிருப்பதுபோல வகுப்பு முடிந்த கையோடு அவசரஅவசரமாக நேரே தனது அறைக்குச் சென்று தாழ்போட்டுக்கொள்வான். அறையின் முன்புறப் பின்புற ஜன்னல்களும்கூட எப்போதும் மூடியே கிடக்கும். சாப்பாட்டு நேரம் வந்ததும் முதல் ஆளாகச் சென்று தட்டில் வாங்கிக்கொண்டு அவனுடைய அறைக்குச் சென்றுவிடுவான். எட்டரைக்கெல்லாம் அவனது அறையில் ட்யூப்லைட் அணைக்கப்பட்டு, சாம்பல்நிற விடிபல்பு எரியத் தொடங்கும். இந்த வெளிச்சத்தில் படித்துக்கொண்டிருக்க வாய்ப்பில்லை. வகுப்பில் முதல் மதிப்பெண் வாங்கும் ஒருவன் இவ்வளவு சீக்கிரம் தூங்கக் கிளம்பிவிடுவதும் எனக்கு ஆச்சரியமாக இருந்தது.

அவனுடைய அறைக்குச் செல்ல ஏனோ மனத்தடை இருந்ததால் எட்ட இருந்து வேடிக்கைபார்த்துவிட்டுத் திரும்பிவிடுவேன். சிலமுறை அவனது அறைக்கதவைத் தட்டியும் பார்த்திருக்கிறேன். அவனிடமிருந்து எந்தப் பதிலும் வராது. அவனுடைய நம்பிக்கைக்குப் பாத்திரமாகிவிட்டேன் என்று நான் நினைத்த பிறகு, ஒருநாள் அத்துமீற முடிவெடுத்து, கழிப்பறைக்கு அவன் சென்றுதிரும்பும் அந்த இடைவெளியில் எதேச்சையாக வந்ததுபோல அவனுடைய அறைக்குள் சென்று படுக்கையின் மீது உட்கார்ந்துகொண்டேன். கசங்கலில்லாத படுக்கை விரிப்பு. அறையையும் சுத்தமாக வைத்திருந்தான். அலமாரியில் புத்தகங்கள் சீராக அடுக்கப்பட்டிருந்தன. தரை கூட்டப்பட்டிருந்தது. ஆனால், எப்போதும் பூட்டியே வைத்திருந்த அறைக்குள் புழுங்கல் வாடை அடித்தது. கூடவே வேறொரு துர்மணமும்.

வின்சென்ட் என்னுடைய வருகையை விரும்பவில்லை என்பதை அவனுடைய முகக்குறிப்பு உணர்த்தியது. என்றாலும், நாற்காலியை அருகே இழுத்துப்போட்டு உட்கார்ந்தான். பாடத்தில் சந்தேகம் கேட்பதுபோல் பேசிவிட்டுக் கிளம்பினேன். அவன் மறுப்பு ஏதும் சொல்லவில்லை என்ற உற்சாகத்தில் அவ்வப்போது அவனுடைய அறைக்குச் சென்றுவந்துகொண்டிருந்தேன். அவனுடைய அறைக்குள்ளேயே அவன் சுயமைதுனம் செய்துகொண்டிருக்கிறான் என்பதுதான் அந்தத் துர்மணத்துக்குக் காரணம் என்று எனக்குத் தோன்றியது. வெளியே தெரியும் அவனது பைத்தியக் கணங்களைப் போலவே யாருக்கும் தெரியாத மிகவும் அந்தரங்கமான கணங்களும் அவனுக்கு இருப்பதாக நினைத்தேன். கதவுகள் பூட்டப்பட்ட அறைக்குள் நிறைந்திருக்கும்

சாம்பல்நிற விளக்கொளியில் அவனுக்கு அந்தரங்கமான பைத்தியக் கணங்கள் இருப்பதாகவும், அப்படியான கணங்களில் அவனுடைய பிரக்ஞைக்கு அப்பாற்பட்டு அவனுடைய கட்டுப்பாடு இல்லாமலே சுயமைதுனம் செய்துகொண்டிருக்கிறான் என்றும் நினைத்தேன். அவ்விஷயத்தை ஊர்ஜிதப்படுத்திக்கொள்ளும் விதமாக, அவனது அறைக்குள் நுழையும்போது ஓரிருமுறை முகத்தைச் சுளித்துக்காட்டினேன். ஒரு முறையும் அவன் பொருட்படுத்தவில்லை என்பது மட்டுமே நான் நினைத்தது சரி என்று கருதிக்கொள்ளப் போதுமானதாக இருந்தது.

இதையெல்லாம் அவனிடம் பேசித் தெரிந்துகொள்ள முடியாது. அவனுக்கு இருந்த ஒரே ஒரு நண்பன் நான்தான் என்றாலும் அவனுடைய அந்தரங்கங்களை என்னோடு பகிர்ந்துகொள்வதற்கு முன்வரவில்லை. நெருங்கிப் பழகியதாக நான் நினைத்துக்கொண்ட பின்பும் அவனைப் பற்றிய எந்தத் தகவலும் எனக்குத் தெரியாது என்பது எரிச்சலூட்டுவதாக இருந்தது. இதோடு, அவனது பைத்தியப் புதிருக்கு அவனது கடந்த காலத்தில்தான் பதில் இருக்கிறது என்பதும் அதைத் தெரிந்துகொள்ள நான் காட்டிய ஆர்வத்துக்குக் காரணம்.

வின்சென்ட்டைத் தேடி அவனுடைய அம்மாவோ அப்பாவோ கல்லூரிக்கு வரும்போது, நான்காமாண்டு படித்துக்கொண்டிருக்கும் சீனியர் ஒருவரையும் அவர்கள் பார்த்துப் பேசுவதாகக் கேள்விப்பட்டு அந்த சீனியரைத் தேடிச்சென்றேன். மேல்நிலைப் பள்ளியில் வின்சென்ட்டோடு படித்த, வின்சென்ட் தெருவைச் சேர்ந்த நபர்தான் அவர். தான் கண்டது, ஜானகியின்

தோழிகள் சொன்னது, வின்செண்ட்டின் நண்பர்கள் சொன்னது எனக் கொட்டித்தீர்த்தார். அந்தக் கதை இதுதான்:

வின்செண்ட் படிப்பில் கெட்டிக்காரன் என்றாலும் மற்ற விஷயங்களில் ஓரேயடியாக வெகுளியாக இருந்ததால் அவன் ஒரு கேலிப்பொருளாகவே மாறிப்போனான். பதினொன்றாம் வகுப்புக்காகச் சேர்ந்திருக்கும் புதிய பள்ளிக்கூடத்தில் எல்லாமே அச்சுறுத்துவதாக அவனுக்கு இருந்தது. சட்டென ஓரிரு நாட்களில் மிகவும் உள்ளொடுங்கியவனானான். அவனுக்கு ஆசுவாசம் அளித்தது உடன் படிக்கும் பெண்கள்தான். வகுப்பறையில் கேலிக்குள்ளாகும் அவனுக்கு, இடைவேளை நேரங்களில் அவர்கள் ஆறுதல் சொன்னார்கள். ஜானகி அதில் முதல் வரிசையில் இருந்தாள். ஜானகிக்கும் அவனுக்கும் இதற்கு முன்பாக ஏதும் தொடர்பு இல்லை என்றாலும் இருவரும் சம்பந்தப்பட்ட முன்கதை ஒன்று இருந்திருக்கிறது. எட்டு வயதுச் சிறுமியாக ஜானகி இருந்தபோது நடந்த சம்பவம் அது. வின்செண்ட் வீட்டில் வளர்த்த நாய்களுக்கு ஊரிலுள்ள எல்லா ஆட்களையும் தெரியும் என்பதாலும், அவர்கள் யாரையும் அவை தொந்தரவு செய்யாது என்பதாலும் பகல் பொழுதெல்லாம் சுதந்திரமாகத் திரிந்துகொள்ள அனுமதிக்கப்பட்டிருந்தது. வேற்று ஆட்களைக் கண்டால் சீறிப்பாயும் ஆவேசத்தோடு உருமும் அந்த மூன்று நாய்களும் வின்செண்ட் வீட்டுக்கு மட்டுமல்லாமல் காலனிக்கே காவலாக இருந்தன. மூன்றில் இளவட்டமான பழுப்புநிறப் பெண்நாய் மட்டும் அவ்வப்போது காலனியைத் தாண்டி மேலவீதிக்குச் சென்றுவிடுவதுண்டு. ஜானகி வீட்டில் வளர்த்துவந்த நாய் ஒருநாள் சுவரேறிக்

குதித்துத் தெருவுக்கு வந்து இந்தப் பெட்டையின் குதத்தை முகர்ந்துபார்த்துவிட்டுக் கொஞ்ச நேரத்தில் கூடத் தொடங்கிவிட்டது. சத்தம் கேட்டு வெளியே வந்த ஜானகியின் அப்பா, தகாத வார்த்தைகளில் திட்டியபடியே விறகுக்கட்டையை எடுத்துப் பெட்டையின் தாடையோடு இழுத்த ஒரே அடியிலேயே அது உயிரை விட்டுவிட்டது. அவளுடைய நாயையும் அவர் எட்டி உதைத்ததில் அது எதிர்வீட்டுச் சுவரில் மோதிச் சுருண்டுவிழுந்தது. மொட்டைமாடியில் நின்றுகொண்டிருந்த ஜானகி தன்னுடைய அப்பாவின் ஆவேசத்தைக் கண்டு அலறிவிட்டாள். எட்டு வயதுச் சிறுமியான ஜானகி அதற்குப் பிறகு அவள் வீட்டில் நாய் வளர்க்கச் சம்மதிக்கவில்லை. அதற்கு மாறாக, தன்னுடைய அம்மாவின் வயிற்றில், அவள் திருமணமாகிப் பத்து ஆண்டுகளுக்குப் பிறகு பிறந்த வின்சென்ட்டுக்கு வேறு தம்பி தங்கைகள் ஏதும் பிறக்கவில்லை என்பதாலும், அவன் சிறு குழந்தையாய் இருக்கும்போதே நாய்களோடு மட்டுமே விளையாடி வளர்ந்தவனாகையாலும் நாய்கள் இல்லாமல் அவனுடைய அன்றாடங்களை அவனால் கற்பனைசெய்துகொள்ள முடியாமல் இருந்தது. ஆனால், ஜானகியின் அப்பா இந்தப் பிரச்சினையைப் பெரிதாக்கவே, வின்சென்ட் வீட்டில் வளர்ந்த மீதி இரண்டு நாய்களையும் கண்காணாக் காட்டுக்குள் கொண்டு விட்டுவிட வேண்டியிருந்தது. நாய்கள் வளர்க்க வழி இல்லாமல் தவித்துப்போன வின்சென்ட்டின் கதையை ஜானகி அறிந்திருந்ததால், வின்சென்ட் மீது அவளுக்கு ஏற்கெனவே பரிவு உருவாகியிருந்தது. அதனால், இப்போது ஜானகி தன்னுடைய மகிழ்ச்சிகளையும் துக்கங்களையும் வின்சென்ட்டோடு பகிர்ந்துகொள்ளத் தொடங்கினாள். வேறு வகுப்பு

களில் படிக்கும் தன்னுடைய தோழிகளையும் வின்சென்ட்டுக்கு அறிமுகப்படுத்திவைத்தாள். தான் வளர்க்கும் தங்கமீன் இறந்துபோனால் இவனிடம் வந்து கண்ணைக் கசக்குவாள். அவளுடைய இழப்பை இவன் மட்டுமே உணர்ந்ததுபோல் கொட்டும் உச்சுக்குப் பையன்கள் கேலிபேசுவார்கள். அது ஜானகியை வின்சென்ட்டோடு இன்னும் நெருக்கமாக்கியது. பெண்களோடு அவனுக்கு உண்டான நெருக்கம் கொஞ்சம்கொஞ்சமாக ஆண்களையும் அவனுடன் நட்புறவாடவைத்தது. அவனை ஒரு தூதுவனாக அவர்கள் பயன்படுத்திக்கொண்டார்கள். யாரும் யாரையேனும் காதலித்தால் உடனே இவனிடம் ஓடி வந்தார்கள். இவனும் அவர்களுக்கு உதவினான். இதனால், பெண்களைக் கூட்டிக்கொடுப்பவன் என்ற குறிப்போடு வின்சென்ட்டின் பெயருடன் அவனது செல்ஃபோன் எண்ணையும் குறிப்பிட்டுக் கழிப்பறைகளில் கிறுக்குவதும் நடந்தது. இதுபோன்ற சம்பவம் ஒன்றைக் கேள்விப்பட்ட ஒரு மாலையில் வின்சென்ட் தலைகவிழ்ந்தபடி உட்கார்ந்திருந்தான். ஜானகி அவனருகே சென்று தோளில் கைவைக்கவும், அந்தத் தொடுகையைத் தாங்கிக்கொள்ள மாட்டாமல் அழத் தொடங்கிவிட்டான். பெண்கள் எல்லோரும் சூழ்ந்துகொண்டார்கள். ஜானகியால் அவனுடைய அழுகையை நிறுத்த முடியவில்லை. வழிந்துகொண்டிருந்த சளியைச் சட்டை முகப்பில் சீந்திக்கொண்டு ஆக்ரோஷமாக அழுதுஅரற்றினான். அழுகையினூடே “அம்மா, அம்மா” என்று அவன் சொன்னது சுற்றியிருந்தவர்களினுடைய நெஞ்சை அடைத்திருக்க வேண்டும். இழவுவீடுபோல எல்லோரும் அழத் தொடங்கிவிட்டார்கள். அவன் கண்ணீரெல்லாம் வற்றும்வரை உடன் இருந்த ஜானகி

முதன்முறையாக அவனைத் தெருவரைக்கும் வந்து விட்டுவிட்டுப்போனாள். ஜானகி தன்னுடைய வீட்டை நினைத்து, தான் கொண்டிருக்கும் பயத்துக்கு அப்பாற்பட்டு அடுத்த நாளிலிருந்து இருவரும் சேர்ந்தே பள்ளி செல்லும் புது வழக்கம் உருவானது. பேருந்து நிறுத்தத்திலிருந்து நடந்து புளிய மரத்தடியில் போய் நின்றுகொள்வான். எல்லோரும் தன்னையே பார்ப்பதாக நினைத்துப் பயந்துகொண்டு தலையைக் கவிழ்த்தபடி அசையாமல் நிற்பான். ஜானகியிடமிருந்து அழைப்புவந்ததும் செல்ஃபோனை எடுத்துக் காதில் வைத்துக்கொண்டு சரி என்பதாகத் தலையாட்டிவிட்டு, திரும்பி பேருந்து நிலையம் கடந்து சில அடி தூரம் நடந்துசென்று ஜானகியோடு சேர்ந்துகொள்வான். மறுபடியும் எதிர்த்திசையில் நடக்கத் தொடங்கும்போது முன்புபோல அல்லாமல் இருவருடைய நடையின் வேகமும் குறைந்திருக்கும். ஆள் நடமாட்டம் இல்லாத மொட்டைப்பாறையில் அமர்ந்து இருவரும் சுவாரஸ்யமாகக் கதைபேசத் தொடங்குவார்கள். அதுதான் அவனது மகிழ்ச்சியான தருணம் என்பதுபோல் சிரித்துச்சிரித்துப் பேசுவான். அவள் தினமும் ஏதேனும் ஒரு அறிவுரை சொல்வாள். நடக்கும்போது கால்களைக் குறுக்கும்மறுக்கும் வைக்காமல் நேராக வைத்து நடக்கச்சொல்வாள். அவன் முயன்று தோற்கும்போது நடந்துகாட்டுவாள். சுருட்டிய கைக்குட்டையைக் கைக்குள் பொதிந்துவைக்கும் பழக்கத்தை மாற்றி, அதை அழகாக மடித்துக் கால் சட்டைப்பைக்குள் வைத்துக்கொள்ளச்சொல்வாள். பையன்களின் கைகளோடு விரல் கோத்துக்கொண்டு இவன் நடப்பதைப் பார்த்துவிட்டு, அடுத்த நாள் சந்திப்பில் அவனைக் கண்டிப்பாள். தோள் மீது கைபோட்டு நடக்கும்படி அவள் சொன்னதை

நடைமுறைப்படுத்துவது அவனுக்குக் கஷ்டமாக இருந்தது. அவன் பழகுவதற்குத் தன்னுடைய தோள்களைக் கொடுத்தாள். பிறகு, பையன்களோடு செல்லும்போதுதான் அப்படிச் செல்ல வேண்டும் என்றும், தன்னோடு செல்லும்போது கைகோத்துக் கொண்டோ, இடுப்பில் கையைச் சுற்றிக்கொண்டோ செல்ல வேண்டும் என்றும் சொன்னாள். அப்படிச் செய்யும்போதும் அவனிடம் எந்த வித்தியாசமும் தென்படவில்லை என்பதை உணர்ந்துகொண்டவள் அவனோடு இன்னும் நெருக்கம் காட்டினாள். மொட்டைப்பாறையில் படுத்துக்கொண்டு தன் அருகே அவனையும் படுக்கவைத்துக்கொள்வாள். கைகளைப் பிடித்துக்கொள்வாள். விரல்களை முத்துவாள். உதடுகளில் முத்தம் தருவாள். அவளது மார்புகளில் அவனுடைய கரங்களை அள்ளி எடுத்து வைத்துக்கொள்வாள். இவை எதுவுமே அவனது சுபாவத்தில் மாற்றத்தை உண்டாக்கவில்லை என்றதும், அவனது மர்ம உறுப்பிலாவது ஆண்மையைக் கண்டுபிடித்து அவனுக்கு அடையாளங்காட்டிவிடும் வேட்கையில் கடைசியில் அதையும் செய்யத் துணிந்தாள். அவனுடைய குறியைக் கையில் ஏந்திக்கொண்டாள். அப்போது அவன் ஒரு பெண்ணைப் போலவே முனகுவதைக் கண்டு துயருற்றாள். அவன் உச்சம் அடைந்து ஸ்கலிதம் வெளியே வரும் அந்தத் தருணத்தில், அவர்கள் இருவரையும் ஜானகியின் சொந்தபந்தங்கள் சுற்றி வளைத்துக்கொண்டன. அப்போது வாங்கிய அடியில் அவன் மனநலம் பாதிக்கப்பட்டு இரண்டு ஆண்டுகள் பள்ளிப்படிப்பைத் தொடர முடியாமல்போனது.

நான் இந்தக் கதையைக் கேட்ட பிறகு அவனுடைய பைத்தியக் கணங்களுக்குள் நுழைந்துவிடும் விபரீத

முடிவை எடுத்தேன். மரத்தடியில் நின்றுகொண்டு, தலைகவிழ்ந்தபடி கொஞ்ச நேரம் அசையாமல் இருந்துவிட்டுப் பிறகு, செல்ஃபோனை எடுத்துக் காதில் வைத்துக்கொண்டு தலையாட்டியபடி மீண்டும் வந்த வழியே திரும்பி சில எட்டுவைத்துவிட்டு, மறுபடியும் எதிர்த்திசையில் நடக்கும் அவனது வாடிக்கையை மற்ற எல்லோரையும்போல வெறுமனே வேடிக்கைபார்த்துக்கொண்டிருந்த நான், ஒருநாள் அவனருகே சென்று கண்டமேனிக்குக் கத்தினேன். அதேவேளையில், அவனை வற்புறுத்தி இழுத்துப்போகவும் துணிச்சல் வரவில்லை. அப்படிச் செய்தால் அது அவனுக்கு பாதகமாகிவிடுமோ என்ற பயம் இருந்தது. என்னுடைய நம்பிக்கையெல்லாம் இழந்த பிறகாக அவனைத் திட்டுவதை விட்டுவிட்டு அவன் கூடவே நடக்கத் தொடங்கினேன். அவன் உட்கார்ந்து பேசினால் நானும் போய் அவனெதிரே உட்கார்ந்துகொள்வேன். அவன் சிரித்தால் நானும் கூடச் சிரிப்பேன். நடக்கும்போது அவனுடைய இசைவைக் குலைத்துவிடாமல் அவனது விரல்களைக் கோத்துக்கொள்வேன். ஒருமுறை நான் அப்படிக் கைகோக்கும்போது தட்டி விட்டுவிட்டு என் இடுப்பில் கைபோட்டுக்கொண்டான். சில நேரங்களில் ஜானகி என்று அழைப்பான். பெண்கள் தங்கள் காதோரம் வழியும் முடிகளைச் சரிசெய்வதுபோல் என்னுடைய நெற்றியில் வழிந்த முடியை ஒருமுறை அவன் சரி செய்தபோது சுற்றி இருந்தவர்கள் ஆரவாரத்தோடு கைதட்டினார்கள். எனக்கு சங்கடமாகிவிட்டது. சட்டென அங்கிருந்து நகர்ந்துவிட்டேன். என்னை ஜானகியாக நினைத்துப் பேசுகையில் எப்போது எல்லையைத் தாண்டும்படி ஆகிறதோ அப்போது அங்கிருந்து துண்டித்துப்போகப் பழகிக்கொண்டேன்.

இந்தக் காலகட்டத்தில் அவனுடைய இயல்பான சுபாவம் வெளிப்படத் தொடங்கியிருப்பதாக எனக்குத் தோன்றியது. அவனிடம் நிறைய மாற்றங்கள் தெரிந்தன. வகுப்பறையில் இருக்கும் போது என்னுடைய விரல்களோடு அவனுடைய விரல்களைக் கோத்துக்கொள்வான். ஒரு நாளில் என்னை முதன்முறை பார்க்க நேரும்போது, எனது உடை அழகாக இருப்பதாகவோ, நான் அழகாக இருக்கிறேன் என்றோ பூரிப்போடு சொல்வான். எனக்கு வியர்த்திருந்தால் அவனுடைய கைக்குட்டையால் ஒத்திவிடுவான். என்னை விழுங்கிவிடுவதுபோல வைத்தகண் வாங்காமல் பார்த்துக்கொண்டிருப்பான். வேறு யாருடனாவது நான் பேசிக்கொண்டிருப்பதைப் பார்த்துவிட நேர்ந்தால் என்னுடன் சரியாகப் பேசாமல் முகத்தைத் தூக்கிவைத்துக்கொள்வான். எனக்கு உடம்பு சரியில்லாமல்போனால் அக்கறையோடு பார்த்துக்கொள்வான். அவனுக்கு உடம்பு சரியில்லை என்றால் நானும் அப்படிப் பார்த்துக்கொள்ள வேண்டும் என்று எதிர்பார்த்தான். அவனுடைய விருப்பு வெறுப்புகளையும் பகிரத் தொடங்கினான்.

ஒருநாள் இரவு அவனுடைய அறைக்குச் சென்ற போது சில நோட்டுப் புத்தகங்களைக் கையில் ஏந்திக்கொண்டு நிலைகுத்திய பார்வையில் வெறித்துக் கொண்டிருந்தான். அவனுடைய கையெழுத்து அச்சுபோல இருக்கும். அவன் எடுக்கும் குறிப்புகளை மட்டும் படித்தாலே போதும் எனும் அளவுக்கு இருந்ததால் பலரும் அவனுடைய நோட்டுகளைக் கடன்வாங்கக் காத்துக்கிடப்பார்கள். பிரதி எடுப்ப தற்காக நான் அவனிடம் வாங்கி அதை வேறு நண்பர்களுக்குக் கொடுப்பேன். அது இன்னும்

கொஞ்சம் பேரிடம் சென்றுதிரும்பும். அப்படிச் சுற்றிவரும்போது அதில் சிலர் விரசமாக எதையேனும் செய்துவைத்துவிடுவதுண்டு. அதற்காக என்னிடம் அவன் ஒருபோதும் கடிந்துகொண்டதில்லை. இப்போது ஒவ்வொன்றையும் என்னிடம் காட்டினான். ஆனால், ஒரு வார்த்தையும் பேசவில்லை. கண்ணீர் மட்டும் வடிந்துகொண்டிருந்தது. அவனுடைய கரங்களைப் பற்றிக்கொள்ளவும், ஏங்கி அழத் தொடங்கிவிட்டான். என் மடியில் தலைவைத்துச் சுருண்டு படுத்துக் கொண்டான். பிறகு, சாப்பாட்டு நேரத்தில் நான் எழ முற்பட்டபோதுதான் விழித்தான். உறக்கச்சடவில் இருந்தவன், என்னை என்னுடைய அறைக்குப் போகச்சொல்லிக் கேட்டான். நான் சாப்பிட்டுவிட்டு அவனுக்கும் வாங்கிவருவதாகச் சொல்லி அவனைப் படுக்கவைத்தேன். ட்யூப்லைட்டை அணைத்துவிட்டு விடிபல்பைப் போடச்சொன்னான்.

மூடப்பட்ட அறை. சாம்பல் வெளிச்சம். வின்சென்ட் எதிர்பார்க்கும் நேரத்துக்கு முன்பாகவே அறைக்குத் திரும்பும் எண்ணத்தோடு நான் கிளம்பினேன். இருவருக்குமான சாப்பாட்டுத் தட்டுகளுடன் நான் திரும்பி வரும் வழியில் என்னுடைய மனதுக்குள் என்னென்னவோ ஓடிக்கொண்டிருந்தது. இரண்டு கைகளிலும் தட்டுகளை வைத்துக்கொண்டு, காலாலேயே கதவைத் திறந்து நான் உள்ளே நுழையும்போது படுக்கையில் நிர்வாணமாகக் கிடக்கும் வின்சென்ட் தன்னுடைய குறியை அசைத்துக்கொண்டிருப்பதாக ஒரு சித்திரம் ஓடியது. வேறு யாரேனும் அதைப் பார்த்துவிடக் கூடாது என்கிற பதற்றத்தில் நான் சட்டெனக் கதவை அடைக்க முற்படும்போது சாப்பாட்டுத் தட்டுகள் இரண்டும் கீழே விழுந்து

சிதறுவதாகவும், என்னுடைய பதற்றத்தில் ஏதும் கலவரமடையாமல் அவன் சுயமைதுனத்தைத் தொடர்ந்துகொண்டிருப்பதாகவும், அவனது பைத்தியக் கணங்களுள் ஒன்றான இதைத் தொந்தரவுபடுத்தாமல் பின்புற ஜன்னல் அருகே சென்று நான் நின்றுகொள்வதாகவும் நினைத்தபடி நடந்துவந்தேன்.

இரண்டு கைகளிலும் தட்டுகளை வைத்துக்கொண்டு காலாலேயே கதவைத் திறந்து நான் உள்ளே நுழையும் போது படுக்கையில் அவன் சலனமில்லாமல் தூங்கிக் கொண்டிருந்தான். எனக்கு என்னவோபோல் ஆகி விட்டது. சட்டென என்னுடைய சிந்தனைகளைத் துண்டித்துக்கொண்டு அவனை எழுப்பிச் சாப்பிட அழைத்தபோது, பிறகு சாப்பிட்டுக்கொள்வதாகச் சொல்லிவிட்டுத் தூக்கத்தைத் தொடர்ந்தான். பிறகு, பதினோரு மணிவாக்கில் எழுந்து சாப்பிட்டான். நான் அதற்குள் மறுநாளுக்குத் தேவையான முன் தயாரிப்புகளை முடித்திருந்தேன். அவன் நாளை விடுப்பு எடுத்துக்கொள்வதாகச் சொன்னான். அதனால், விடுதி முழுவதும் புகழ்பெற்றிருந்த, 'கேம் ஆஃப் த்ரோன்ஸ்' தொடரைப் பார்க்க ஆயத்தமானோம். தங்கை முறை கொண்டவளோடு அண்ணன் உறவுகொள்ளும் காட்சி வந்தபோது, இதென்ன கருமம் என்றவன், அதைப் பார்க்கப் பிடிக்கவில்லை என்றான். அந்த உறவுக்கு நான் சொன்ன நியாயங்களை அவன் ஏற்றுக்கொள்ளவில்லை என்பதோடு அந்த உரையாடலையே அவன் தொடர விரும்பவில்லை.

அதனால், தூங்க ஆயத்தமானோம். ட்யூப்லைட்டை அணைத்ததும் விடிபல்பைப் போடச்சொன்னான். ஓரிரு நிமிடங்களில் அவன் நிச்சலனமாகிவிட்டான்.

மெதுவாக அவனிடம் பேச்சுக்கொடுத்துப்பார்த்தேன். தூக்கத்திலேயே பேசுவதுபோல உளறினான். நான் அமைதியாகிவிட்டேன். ஆண்மையைத் தூண்டும் எண்ணங்கள் என் மனதுக்குள் ஓடத் தொடங்கிவிட்டன. அவனது சட்டைக்கு மேலே துருத்திக்கொண்டிருக்கும் மார்புக்காம்புகளைப் பார்த்தேன். அவனை நெருங்கி முகத்தோடு முகம் வைத்துப் படுத்துக்கொண்டேன். அணைத்திருப்பதுபோல அவனுடைய மார்பு மீது கைகளைப் போட்டுக்கொண்டேன். விரல்களால் அவனது மார்புக்காம்புகளை மெதுவாக வருடவும் என் உதடுகள் உலர்ந்துபோயின. என் விரல்களைத் தட்டி விட்டுவிட்டு என் பக்கமாகத் திரும்பி ஒருக்களித்துப் படுத்துக்கொண்டான். அவன் கண்கள் மூடியிருந்தன. சாம்பல் வெளிச்சத்தில் அவனுடைய உதடுகள் கிளர்ச்சி ஊட்டுபவையாக இருந்தன. நானும் அவன் பக்கமாகச் சரிந்து படுத்துக்கொண்டு என் குறியை நீவிவிடத் தொடங்கினேன். நிதானமிழந்த நான் மல்லாந்து படுத்துக்கொண்டு சட்டென அவனது வலதுகையை எடுத்து அதற்குள் என் குறியைத் திணித்தேன். பதறி எழுந்தவன், அவனுடைய முழு கையும் என் கன்னத்தில் பதிவதுபோல ஓங்கி அறையவும் நிலைதடுமாறிய நான், என்ன நடக்கிறது என்று சுதாரிப்பதற்குள், அவன் ஒரு கையால் என் பிடறியைப் பிடித்து மறு கையால் தலையணையை உருவி எறிந்த வேகத்தில் என் பின்மண்டையைக் கட்டிலோடு சேர்த்து முட்டித்தள்ளியதும், சட்டெனத் துள்ளி எழுந்து கட்டிலிலிருந்து கீழிறங்கி என்னை மூர்க்கமாக இழுத்துக் கொண்டுபோய் அறைக்கு வெளியே தள்ளிவிட்டுக் கதவைச் சாத்திக்கொண்டான்.

அப்படியொரு மூர்க்கத்தை அவனிடம் அதற்கு முன்பு பார்த்ததில்லை. கொஞ்ச நேரம் கழித்துத்தான் எனக்கு நிதானம் திரும்பியது. தேம்பி அழ வேண்டும்போல இருந்தது. அழுகையை விழுங்கிப்பார்த்தேன். முடியவில்லை. அழுதுகொண்டே அறைக்குத் திரும்பினேன். அன்று இரவு முழுக்கவும் மன்னிப்பு கேட்டு அனுப்பிய வாட்ஸ்அப், எஸ்எம்எஸ் எதற்கும் அவனிடமிருந்து பதில் இல்லை. அழைத்துப் பேச எனக்குத் தைரியம் இல்லை.

அவனைச் சந்திப்பதற்கான திராணி இல்லாமல், வகுப்புக்குப் போக மனமின்றி என் அறையிலேயே முடங்கிக்கிடந்தேன். அடுத்த நாளும், அதற்கடுத்த நாளும் போகவில்லை. மூன்றாம் நாள் மாலையில் என்னுடைய அறைக்கு வந்த நண்பனொருவன், வின்சென்ட்டும் மூன்று நாட்களாக வகுப்புக்கு வராததைச் சொல்லிக் கிண்டலடித்தான். அவன் கிளம்பிச்சென்ற பிறகு, வின்சென்ட்டை நேரில் பார்த்து எப்படி மன்னிப்பு கேட்பது என்பதாக வெகுநேரம் ஒத்திகை பார்த்துக்கொண்டிருந்தேன். இருட்டத் தொடங்கிய பிறகு வின்சென்ட்டைத் தேடிச்செல்ல ஆயத்தமானேன். ஆரம்ப நாட்களில் எட்ட இருந்து வேடிக்கைபார்க்கும் அதே இடத்துக்குச் சென்று நின்றுகொண்டேன். அவன் அறைக்கதவு எப்போதும்போல மூடியிருந்தது. வழக்கத்துக்கு மாறாக அவனது அறையை இருள் நிறைத்திருந்தது.

என்னுடைய வாழ்க்கையிலிருந்து அவன் காணாமல் போயிருந்தான். வின்சென்ட் என்னோடு இருந்தது சொற்ப மாதங்கள். இன்றுவரை அவனைச் சுமந்து திரிகிறேன். என்னுடைய நினைவுகளிலிருந்து அவனை

பழைய குருடி

அகற்றும் வலிமை காலத்துக்கு இல்லை. காரணம் எளிமையானது. காமம் என்னிடம் உயிர்ப்புடன் இருக்கும்வரை அவனும் இருந்துகொண்டிருப்பான். சின்ன வயதிலேயே தற்கொலை செய்துகொண்ட என் அக்காவுக்கு நீலநிறக் கண்ணாடி வளையல்கள் என்றால் உயிர் என்பதால் நீலநிறக் கண்ணாடி வளையல்களை யார் அணிந்திருந்தாலும் அந்தக் கணத்தில் அவர் எனக்கு அக்காவாகத் தெரியத் தொடங்கிவிடுவார். பொது இடத்தில் ஏதேனும் ஒரு பெண்ணை ஆசையோடு பார்த்துக்கொண்டிருந்து, பின்பு அவர் நீலநிறக் கண்ணாடி வளையல்கள் அணிந்திருப்பது தெரியவந்தால் அது என்னைக் கடுமையான குற்றவுணர்வுக்குள் தள்ளிவிடும். என் எண்ணங்கள் போன அளவுக்கு ஏற்ப என்னை நானே தண்டித்துக்கொள்வதை ஒரு வழக்கமாக வைத்திருக்கிறேன். ஒருவரை இப்படியாக நினைவில் வைத்திருப்பது என்னைப் போன்ற ஆட்களுக்கு வதைதான். வின்சென்ட்டும் ஒரு மனத்தழும்பாக என்னிடம் நிலைத்திருக்கிறான். ஆண் உடல் கொண்ட பெண் என்றே அவனை நினைத்துவிட்டேன். இரண்டு உடல்களையும் இரண்டு மனங்களையும் அவன் சுமந்தலைந்தான் என்பது அப்போது எனக்குப் புரியவில்லை. நட்போடு பழகும் பெண், நம்மைக் காதலிக்கிறாள் என்பதாகக் கற்பனை செய்துகொண்டு பழகுவதைப் போன்ற பிழையைத்தான் நானும் செய்து விட்டேன். அதுதான் நான் செய்த தவறு.

"அதுதான் நான் செய்த தவறு" என்று சொல்லி நிறுத்தியவன் அமைதியானான். "அது மட்டும்தானா நீ செய்த தவறு?" என்று கேட்டபடி நான் கண்களைத் திறந்தேன். இப்போது அவ்வளவு இருட்டு இல்லை.

அந்த அரையிருளில் அவனுடைய முகம் எனக்கு நன்றாகத் தெரிந்தது. நான் அவனுக்கு ஆறுதல் சொல்வேன் என்று அவன் எதிர்பார்த்திருக்கக்கூடும். ஆனால், எனக்கு ஆங்காரமாக இருந்தது. ஆத்திரம் தலைக்கேறியிருந்தது. அவன் மீது எரிச்சலாக வந்தது. அவன் எதுவும் பேசாமல் அமைதியாக இருந்தான். நான் அடுத்து சொல்லவிருக்கும் வார்த்தைகளுக்குக் காத்துக்கொண்டிருப்பது போன்ற முகபாவத்தை வைத்துக்கொண்டிருந்தான். அவன் கொஞ்சம் அதிர்ச்சியுற்றிருக்கவும்கூடும். என்னுடைய மனதிலோ எக்கச்சக்கக் கேள்விகள் ஓடிக்கொண்டிருந்தன. எப்போதும் உறங்கக் கிளம்புவதற்கு முன் செய்வது போல கம்மல்கள், வளையல்கள், மோதிரங்கள் ஒவ்வொன்றையும் நிதானமாகக் கழற்றி, அருகேயுள்ள மேஜை மீது வைத்துவிட்டு, மீண்டும் கண்களை மூடிக் கொண்டேன். அவன் அமைதியாக இருந்தான். உறங்க ஏதுவாக ஒருக்களித்துப் படுத்தபடி, எதற்காக இந்தக் கதையை என்னிடம் சொல்லிக்கொண்டிருக்கிறான் என்பதையெல்லாம் ஓரங்கட்டிவைத்துவிட்டுக் கேட்டேன்: "ஜானகிக்கும் வின்சென்ட்டுக்கும் இடையே நடந்ததாகச் சொல்லப்பட்ட கதையை நீ ஏன் நம்பினாய்?"

ஊ ஒ

பழைய குருடி

ஒரு தலித்தாக இருப்பதென்பது தாங்கள் கொண்டிருப்பதைப் பகிர்ந்துகொள்வதாக இல்லாமல், தாங்கள் கொண்டிராததைப் பகிர்ந்துகொள்வதாக இருக்கிறது. [தலித்துகளின்] வாழ்வனுபவம் என்பது என்ன இருக்கிறது என்பதைச் சார்ந்திராமல், என்ன இல்லை என்பதைச் சார்ந்ததாக இருக்கிறது. [தலித்துகளின்] வாழ்வனுபவம் என்பது அனுபவத்துக்கான சுதந்திரம் குறித்ததாக இல்லாமல், அனுபவத்துக்கான சுதந்திரமின்மை குறித்ததாக இருக்கிறது.

– சுந்தர் சருக்கை

I
முன்கதை

கந்தையனுடைய மற்ற குணங்களெல்லாம் ஒவ்வொரு காலத்திலும் ஒவ்வொரு விதமாக மாறி வந்திருந்திருக்கின்றன என்றாலும், ஒடுங்கிக்கொள்வதைத் தன் மரணம்வரை அப்படியே தக்க வைத்திருக்கும்படி ஆயிற்று. ஒடுங்கிக்கொள்ளும் இயல்பைத் தன்னுடைய

தந்தையின் ரத்தம் வழியாக கந்தையன் பெற்றிருந்தார். கந்தையனின் சந்ததியான பாக்கியநாதனுக்கும் அந்த இயல்பு அதே வழியில் கடத்தப்பட்டிருந்தது. பாக்கிய நாதனின் மகன் சின்னதுரைக்கு நடந்ததும் அதுதான். ஆனால், காலம் மாறியிருந்தது. அதனால் இவன் ஒடுக்கப்படுவதை உணரத் தொடங்கியிருந்தான். அதனால் இவன் தன்னைத்தானே வதைத்துக்கொள்ளப் பழகியிருந்தான். தான் ஒடுக்கப்படுகிறோம் என்பதை உணரும் ஒருவருக்கு இருக்கக்கூடிய எல்லா மன அவஸ்தைகளும் சின்னதுரைக்கும் இருந்தன. அவைதான் இவனுடைய செயல்பாடுகளைத் தீர்மானிக்கக் கூடிய ஆற்றலாகவும் இருந்தன. தன்னுடைய அப்பா அம்மாவைப் போல, தன்னுடைய தாத்தா பாட்டியைப் போல ஒடுக்கப்படுவதை இயல்பானதாக ஏற்றுக்கொள்ளும் மன அமைப்பை சின்னதுரை பெற்றிருக்கவில்லை. வெறுத்தான். சகலத்தையும் வெறுத்தான். ஆனால், அதிலிருந்தெல்லாம் தன்னை மீட்டெடுத்துக்கொள்வதற்கான வழி இவனுக்குத் தெரிந்திருக்கவில்லை என்பது இவனுடைய துயரமாக இருந்தது. இவனைத் துரத்திக்கொண்டிருக்கும் துயரமாகத் தொடர்ந்தது. அதனால் இவன் உள்ளொடுங்கியவனானான். ஓட்டுக்குள் தலையை உள்ளிழுத்துக்கொள்ளும் ஆமை இவன். தடித்த ஓடு கொண்டிராத ஆமை. செல்லத்தாயியிடமிருந்தும் கோசலையிடமிருந்தும் கேட்டறிந்திருந்த கதைகளுக்கு இவனை ஆமையாக மாற்றியதில் முக்கியப் பங்குண்டு. தன்னுடைய பாட்டனும் தாத்தனும் அப்பனும் வாழ்ந்துவந்த வாழ்க்கையிலிருந்து தன்னை மீட்டுக் கொள்வதற்குப் பதிலாக மீண்டும் அதே புதைகுழியில் விழுந்துகொண்டான்.

மின்சாரமில்லா இரவுகளில் செல்லத்தாயியிடமிருந்து வந்துவிழும் வார்த்தைகளில் சின்னதுரையை ஆக்கிரமித்திருப்பவை இவைதான்: கந்தையனை அவருடைய பெயரை வைத்து அறிந்தவர்கள் ஊரில் யாருமில்லை. அந்தப் பெயரைச் சொல்லி யாரும் அவரை அழைத்ததில்லை என்பதுதான் காரணம். கந்தையனின் உயரத்துக்கும் ஆஜானுபாகுவான அவருடைய உடல் அமைப்புக்கும் பொருந்தாத கால்களைக் கொண்டிருந்ததால், குட்டைக்காலன் என்ற பெயரை வைத்தே அவரை அழைத்தார்கள். கந்தையனின் கால் அளவுகூட இல்லாத பொடிசுகளெல்லாம் அவரைக் குட்டைக்காலன் என்று அழைத்துவந்த காலத்தில் அவ்வூரில் ஒரு பழக்கம் இருந்தது. ஊர்த் திருவிழாவின்போது ஊர்த் தலைவரின் கால்களிலும், திருமணத்தின்போது மணமக்களின் கால்களிலும், சாவு வீட்டில் பிணத்தின் கால்களிலும் செருப்பு அணிவிப்பது கந்தையனின் பணியாயிருந்தது. செருப்பு அணிவித்ததும் கிடைக்கும் புது வேட்டி சட்டையோடு வீட்டுக்கு வந்து, குடும்பம் குட்டிகளோடு சாப்பிடச் செல்வார். ஒவ்வொருவர் கையிலும் அவரவர் தட்டு தம்ளர்கள் இருக்கும். ஏனெனில், இவர்களுக்கு இலையில் பறிமாற மாட்டார்கள். தம்ளர் எடுத்துவர மறந்துவிட்டார்கள் என்றால் கைகால் கழுவும் பாத்திரத்தில்தான் தண்ணீர் கிடைக்கும். பாக்கியநாதனின் காலத்தில் அவருக்குப் பள்ளி செல்வதற்கெல்லாம் வாய்த்திருந்தது. ஆனால், அங்கே மற்ற பையன்களுடன் அவரால் ஒன்றுகலக்க முடிந்திருக்கவில்லை. தாகம் எடுத்ததென்றால் தானாகக் குழாயைத் திருகித் தண்ணீர் எடுத்துக்கொள்ள முடியாது. யாராவது ஒருவர் உதவ வரும்வரை காத்திருக்க வேண்டும். ஒருமுறை, பள்ளியில் அவரது நண்பனை வாடா போடா என்று அழைத்தது பெரிய

பஞ்சாயத்தானது. இன்னொருமுறை, வகுப்பில் பாக்கியநாதனிடம் பாடம் கற்றுக்கொள்ளச் சொல்லி நான்கைந்து மாணவர்களை வாத்தியார் அனுப்பிவைத்திருந்ததை அறிந்து, கடுமையாகச் சண்டையிட்டார்கள். இப்படியான சம்பவங்கள் சிறிதும்பெரிதுமாகத் தொடர்ந்துகொண்டிருந்தன. இப்படியே போய்க்கொண்டிருந்தால் ஊரில் வாழ்க்கை நடத்த முடியாது என்று நினைத்த பாக்கியநாதனின் குடும்பத்தினர், அவரைப் பள்ளிக்கூடத்திலிருந்து நிறுத்தி விட்டார்கள். பிறகு, அவர் தமது குலக்கருவியான இஸ்திரிப்பெட்டியைப் பிடிக்கப் பழகிக்கொண்டார்.

சின்னதுரையின் அனுபவமோ முற்றிலும் வேறு. சின்னதுரையின் காலத்தில் இவனது உண்மையான பெயரைச் சொல்லியே அழைக்கிறார்கள். செருப்பு அணிவிக்கும் வழக்கம் வழக்கொழிந்துபோய்விட்டது. பொதுக்கூடுகைகளுக்குத் தட்டு தம்ளரோடு செல்ல வேண்டியதில்லை. இலையில் பறிமாறுகிறார்கள். கால் கழுவும் பாத்திரத்தில் தண்ணீர் குடிக்க வேண்டிய துரதிர்ஷ்டம் இல்லை. பள்ளியில் நண்பனை வாடா போடா என்று அழைக்க முடிகிறது. வேண்டுமானால், தகாத வார்த்தையில்கூடத் திட்டிக்கொள்ளலாம். நண்பன் தனது வீட்டுக்கு வந்து சாப்பிடுகிறான். இவன் தனது நண்பன் வீட்டுச் சமையலறைவரை செல்கிறான். ஆனால், சின்னதுரையை நாசூக்காகப் பற்றிக்கொண்டிருந்தது சாதி.

சின்னதுரை ஊரில் வசித்துவந்த பெரும்பான்மைச் சமூகத்தின் இளைஞர் குழாம் தம்முடைய சாதியைப் பிரகடனப்படுத்தும் விதமாக வைத்திருந்த பெயர்ப் பலகை மீது சாணியை அப்பிய சம்பவத்தில் சின்னதுரை

அகப்பட்டுக்கொண்டான். அது கொஞ்சம்கொஞ்சமாக பூதாகரமாயிற்று. ஊர் வரி கட்டுவதிலிருந்து இவனது குடும்பத்தை விலக்கிவைத்தார்கள். இவர்களை அங்கிருந்து அப்புறப்படுத்தும் பேச்சும் அடிபட்டது. இனி தம்முடைய சாதி ஆட்களைத் தவிர வேறு யாரையும் இங்கே குடிவைக்கக் கூடாது என்றும் பேசிக்கொண்டார்கள். அந்தச் சம்பவத்துக்குப் பிறகு, சின்னதுரை தன்னுடைய ஒவ்வொரு அசைவையும் பதற்றத்தோடு எடுத்துவைக்கும்படி ஆனது. இறுதியில், ஊரைவிட்டுக் கிளம்பும் முடிவை எடுத்தான். அவனது குடும்பத்தவர்களும் அதுதான் சரி என்றார்கள். அவர்களை உடன் வரச்சொல்லி அழைத்துப்பார்த்தான். மறுத்துவிட்டார்கள். தன்னுடைய குடும்பத்தை விட்டு விட்டு, படிப்புக்கும் முழுக்குப்போட்டுவிட்டு, இனி என்றுமே இந்நிலத்துக்குத் திரும்பிவிடக் கூடாது என்ற வைராக்கியத்தோடு நகரம் நோக்கித் தப்பியோடினான்.

புதிய நிலத்தில் சின்னதுரைக்குத் தன்னை உருமாற்றிக் கொள்ளும், புதிய ஆளாகக் காட்டிக்கொள்ளும் எண்ணம் இருந்தது என்றாலும் இவனுக்கு இஸ்திரியைத் தவிர வேறு எந்தத் தொழிலும் தெரிந்திருக்கவில்லை என்பதால் சென்னை வந்தும் பழைய வேலையையே தொடரும்படி ஆயிற்று. முதலில் அங்கேயிங்கே என்று வெவ்வேறு எடுபிடி வேலைகளுக்குப் போய்ப்பார்த்தான். எதுவும் தோதுப்படாமல் இறுதியில் இஸ்திரிப்பெட்டியைக் கையில் ஏந்திக்கொண்டான். சிறுவயது முதல் பள்ளி முடிந்துவந்து பாக்கியநாதனுக்கு ஒத்தாசையாக இருந்ததுதான் இப்போது சின்னதுரைக்குக் கை கொடுத்தது. ஆனால், கொஞ்சம்கொஞ்சமாக இங்கே வேரூன்றத் தொடங்கியதும் தன்னுடைய இஸ்திரிக்

கடைக்கு ஆள் வைத்துக்கொண்டான். இவன் இனி இஸ்திரிப்பெட்டியைத் தொடுவதில்லை என்று முடிவானது. வாடகைக்கு வீடு பிடித்துக்கொடுப்பது, நிலத் தரகில் ஈடுபடுவது, நாளிதழ்கள் விநியோகிப்பது என்று வேறு வேலைகளை இழுத்துப்போட்டுப் பார்க்கத் தொடங்கினான். அவை இவனது குடும்பச்சுமையைக் குறைப்பதற்குக் கொஞ்சமும் உதவவில்லை எனினும் கௌரவத்துக்காகத் தொடர்ந்துகொண்டிருந்தான்.

பிறகு, புதிய வாழ்க்கையைத் தொடங்கும் பொருட்டு வீடு மாற முடிவெடுத்து, திருவொற்றியூரிலிருந்து வில்லிவாக்கத்திலுள்ள அகத்தியர் நகரில் குடிபுகுந்த போது தன்னுடைய சாதிப் பெயரை மாற்றிக்கொள்ளும் யோசனையை அன்னபாக்கியத்திடம் சொன்னான். யார் கேட்டாலும், 'செட்டியார்' என்று சொல்லும்படிக் கட்டளை பறந்தது. ஊரில் பலசரக்கு வியாபாரம் பார்த்துவந்ததாகவும், சொத்துத் தகராறில் கடை உடைத்து நொறுக்கப்பட்டதாகவும், அதில் நஷ்டம் அடைந்து நொடிந்துபோனதால் சென்னை வரும்படி ஆயிற்று என்றும் ஒரு கதையை உருவாக்கினான் — அகத்தியர் நகரில் குடியேறுகையில் அன்னபாக்கியம் தன் வயிற்றில் முதல் குழந்தையைத் தரித்திருந்த காலம் என்பதால், ஒவ்வொரு குழந்தையும் வளர ஆரம்பிக்கும் போது அவர்களும் இந்தக் கதைகளை எல்லாம் உண்மை என்றே நம்பினார்கள்.

இதற்கிடையில், வீட்டுக்கு வரும் சொந்தபந்தங்களில் யாரேனும் தன்னுடைய சாதியை நினைவூட்டும்படி பேசினால் வாயில் விரல்வைத்துக் காட்டி அமைதியாக இருக்கும்படிச் சொல்வான். உடனே வீட்டுக்கு வெளியே வந்து எட்டிப்பார்த்து, அக்கம்பக்கத்தில்

யார் காதிலேனும் அவர்கள் பேசியது விழுந்திருக்குமா என்பதை ஊர்ஜிதப்படுத்திக்கொள்வான். அந்த சமயத்தில் தெருவில் ஆட்கள் யாரேனும் நின்று கொண்டிருந்தால் அவர்களிடம் சாதாரணமாகப் பேச்சுக்கொடுத்து நோட்டம்விடுவான். இவையெல்லாம் அனிச்சைச் செயலாக நடந்துகொண்டிருந்தன. வீட்டில் சின்னச்சின்ன விஷயங்களில்கூட, சாதி தெரிந்துவிடக் கூடாது என்பதில் கவனம் கூடிற்று. கீழ்ச்சாதிக் காரர்களெல்லாம் உலையில் அரிசி கொதிக்கும்போதே உப்பிட வேண்டும் என்றும், தனியாக இலையில் உப்பு வைத்துச் சாப்பிடுவது உயர்குடியினருக்கானதாகச் சொல்லப்பட்டதால் வந்த பழக்கம் இன்றும் அப்படியே தொடர்கிறது என்றும் செல்லத்தாயி சொன்ன கதை இவன் மனதில் நிலைத்திருந்ததால், கல்யாணம் முடித்த பிறகு அந்த வழக்கத்தை மாற்றச்சொன்னான். சாப்பாட்டுத் தட்டில் முதலில் உப்பு வைக்காமல் சோற்றைப் போட்டுவிட்டால் அவ்வளவுதான். குதி யாட்டம் ஆடிவிடுவான்.

உணவு, உடை, பேச்சுவழக்கு, பழக்கவழக்கம் எனத் தன்னுடைய அன்றாடங்களைத் தலைகீழாக மாற்றிக்கொள்ளப் பழகினான் — மனைவிமக்களையும் பழக்கினான். வேலை நிமித்தமாகப் புதிய நபர்களைச் சந்திக்கும்போது, "சார் என்ன ஆளுங்க?" என்று அவர்களுக்கு முந்தி இவனே கேட்டுவிடுவான். எல்லோரையும் ஒருமையில் பேசக் கற்றுக்கொண்டான். வயதில் மூத்தவர் என்றாலும், "நீ ஏன் அப்படி நினைக்குற சார்" என்பான். இவற்றையெல்லாம் ஒரு தற்காப்பு ஆயுதம்போல் பயன்படுத்தலானான். செக்கச் சிவக்கப் பெண் பார்த்துக் கட்டிக்கொண்டது தொடங்கி குழந்தைகளினுடைய சாதிச் சான்றிதழை

மறைத்துவைப்பதுவரை ஒவ்வொரு காலகட்டத்திலும் தன்னுடைய சாதியை மறைக்கும் பணியை மூர்க்கமாகத் தொடர்ந்துகொண்டிருந்தான் சின்னதுரை. ஊருக்குப் போவதையே முற்றாக நிறுத்திக்கொண்டவன், செல்லத் தாயியின் மரணத்துக்குக்கூடத் தனியாகச் சென்று காரியங்களை முடித்துவந்தான். இப்படி, சின்னதுரை ஒவ்வொரு முறை தன்னுடைய சாதியை மறைக்க முற்படும்போதும், சிறுவனாக இருந்தபோது தான் பார்க்க நேர்ந்த நாடகமொன்று நிழலாடும். ஒற்றை ஆளாக ஐந்து இளைஞர்களின் பாத்திரத்தையும் நிகழ்த்திக்காட்டிய அந்த இளைஞன், நாடகத்தின் இறுதியில் வெளிப்படுத்தும் உணர்ச்சிப்பெருக்கான பாவனை ஒரு சித்திரமாக இவனிடம் நிலைத்திருக்கிறது.

சின்னதுரையை சபலத்துக்குள்ளாக்கும் அந்தக் கதை இதுதான்: வேலைக்கு ஆள் எடுக்கும் சம்பவமே களம். ஆள் எடுக்கும் அதிகாரியாக வருபவன் ஒரு ஆதிக்கச் சாதிக்காரன். வேலை வேண்டிவரும் ஐந்து பேரும் ஒடுக்கப்பட்ட சாதியைச் சேர்ந்தவர்கள். ஐவரில் ஒருவன் அடங்கிப்போகிறவனாக இருக்கிறான். ஒருவன் சுயஇரக்கம் நிரம்பியவனாக இருக்கிறான். ஒருவன் அதிகாரத்தின் முன் மண்டியிடக்கூடியவனாக இருக்கிறான். ஒருவன் தன்னுடைய அடையாளத்தை மறைத்துக்கொள்பவனாக இருக்கிறான். இவர்களை எல்லாம் எதிர்கொள்ளும் அந்த ஆதிக்கச் சாதிக்காரன் மேலும்மேலும் பலம் பெற்றவன் ஆகிறான். கடைசியில், ஐந்தாமவன் வருகிறான். அந்த அதிகாரி எப்படிப் பட்டவன் என்பது இவனுக்குத் தெரிகிறது. அதனால், இவனுக்கு வேலையெல்லாம் ஒரு பொருட்டாக இல்லை. மோதிப்பார்த்துவிடுவது என்று முடிவெடுக்கிறான். இவன் மற்ற நால்வரிடமிருந்தும் சகல விதத்திலும்

மாறுபட்டவனாக இருக்கிறான். கொஞ்சம்கூட ஈவிரக்கமில்லாமல் அந்த ஆதிக்கச் சாதிக்காரனைப் பகடிசெய்கிறான். கிண்டலடிக்கிறான். நையாண்டி இவனது உடல்மொழியிலும் பீறிடுகிறது. இவனுடைய சீற்றத்தைக் கண்டு அந்த ஆதிக்கச் சாதிக்காரன் பயந்து போகிறான். கடைசியில், ஆதிக்கச் சாதிக்காரனை உதைத்துவிட்டுக் கிளம்புகிறான் அந்த இளைஞன். இரக்கத்துக்கு ஏங்குவதைக் காட்டிலும், நம்முடைய அடையாளத்தை மறைத்துக்கொள்வதைக் காட்டிலும், அடங்கிச்செல்வதைக் காட்டிலும், அதிகாரத்தின் முன் மண்டியிடுவதைக் காட்டிலும் சீற்றம்தான் அவசியமாக இருக்கிறது என்று சொன்னதோடு, 'உன்னுடைய சாதி என்ன என்று கேட்டால் முகத்தில் அறைவதைப் போல உன் சாதியைச் சொல்' என்ற வரியையும் சேர்த்துச் சொல்லி நாடகத்தை நிறைவுசெய்தான் இளைஞன்.

சின்னதுரை ஒவ்வொரு முறை இந்த நாடகத்தை நினைத்துப்பார்க்கும்போதும் மிகுந்த குற்றவுணர்வுக்கு ஆளாகிறான். தானும் இப்படி ஆக வேண்டும் என்று சபதம் எடுத்துக்கொள்கிறான். அடங்கிச்செல்லக் கூடாது என்று நினைக்கிறான். ஒடுங்கிக்கொள்ளக் கூடாது என்று நினைக்கிறான். தன் அடையாளத்தை வெளிப்படுத்திவிட வேண்டும் என்றும் நினைக்கிறான். ஆனால், அன்றிரவு தூங்கி எழுந்துபார்த்தால் விடி காலையில் எல்லாம் வடிந்திருக்கும். பழைய குருடியாக மாறியிருப்பான்.

II
இன்று

சின்னதுரை கொஞ்சம்கொஞ்சமாகக் கட்டி எழுப்பி வந்த கோட்டையை உருக்குலைத்துப்போட வந்தது ஊரடங்கு காலம். அது எதிர்பாரா திசையிலிருந்து வந்த தாக்குதல். விருப்பப்படி அலைந்துதிரிவதற்கான சுதந்திரத்தையும் இடம்பெயர்வதற்கான சுதந்திரத்தையும் ஊரடங்கின் பெயரில் கட்டுப்படுத்தியதானது தாத்தா கந்தையனை நினைவூட்டியதுதான் ஊரடங்கை வெறுக்க சின்னதுரைக்கு முழுமுதற் காரணமாயிற்று. எங்கெங்கே நடமாட வேண்டும், எங்கெங்கே நிழல் கூடப் படக் கூடாது என்று, அவருக்கு ஊரார் விதித்த கட்டுப்பாடுகளை செல்லத்தாயி வழியாகக் கதை கதையாக சின்னதுரை அறிந்துவைத்திருந்ததால் இந்த ஊரடங்குக் கட்டுப்பாடுகள் இவனுக்குத் தாத்தாவை நினைவூட்டியதில் நியாயம் இல்லாமல் இல்லை. கந்தையன் தனக்குப் பணிக்கப்படும் வேலைகளை மறுப்பதற்கான சுதந்திரத்தையும் பெற்றிருக்க வில்லை; இப்போது ஊரடங்கின் பெயரால் சின்னதுரை மீது திணிக்கப்படும் விஷயங்களைத் தன்னால் மறுக்க முடியவில்லை என்பதையும் கந்தையனோடு பொருத்திப்பார்த்துவிட்டான். அரசும் அதைக் காரணமாக வைத்துத் தெருவாசிகளும் நடைமுறைப்படுத்தும் விஷயங்களுக்கு மாற்றான காரியங்களைச் செய்யவும் சுதந்திரம் மறுக்கப் பட்டிருந்தது. இவையெல்லாம், தன்னுடைய

தாத்தாவையும் அப்பாவையும் போலவே தானும் அடிமையாகிவிட்டோம் என்று சின்னதுரையை உணரவைத்துவிட்டன. எதிலிருந்து தப்பிப்பதற்காக நகரத்துக்கு ஓடிவந்தானோ அதற்குள்ளேயே மீண்டும் மாட்டிக்கொண்டதான உணர்வு இவனைக் கிட்டத் தட்ட கிறுக்காக்கிவிட்டது.

இப்போது எந்நேரமும் வீட்டுக்குள் முடங்கிக் கிடக்கிறான். வழக்கமாக, அதிகாலையிலேயே இஸ்திரி வண்டிக்கு வந்தான் என்றால் இரண்டு மணிபோல மதிய உணவுக்கு வீடு திரும்புவான். சாப்பாடு முடித்துக் குட்டித் தூக்கம் போட்டுவிட்டு மீண்டும் வேலைக்குக் கிளம்பினால் வீட்டுக்குத் திரும்ப இரவு பத்து மணிக்கு மேல் ஆகிவிடும். தரகு வேலை, நாளிதழ் விநியோகம் என மற்ற காரியங்களுக்காக அங்குமிங்கும் அலைந்துதிரிந்துகொண்டிருப்பவன். வார விடுமுறையின்றியும் நேரங்காலம் பார்க்காமலும் ஓடிக்கொண்டிருப்பவன். இஸ்திரிக் கடையே கதியாய்க் கிடப்பவன். இப்போது பிள்ளைகள் விளையாடுவதைப் பார்த்துக்கொண்டிருப்பதும், வெறுமனே விட்டத்தை ஏறிட்டுக்கொண்டிருப்பதும் இவனுடைய பொழுது போக்குகளாக மாறியிருந்தன. நாளிதழ் வழியாகத் தொற்று பரவுகிறது என்று கிளம்பிய வதந்தியானது இவனுடைய நாளிதழ் விநியோகத்தையும் கடுமையாகப் பாதித்தது. இவன் அந்த வேலையை நிறுத்திவைக்க இந்த வதந்தி ஒரு நல்ல சாக்குபோக்காயிற்று.

சின்னதுரையைப் புரிந்துகொண்டு, என்ன வேலை என்றாலும் அன்னபாக்கியம் தானே பார்த்துவந்தாள் — இவனுடைய கட்டுப்பாடுகளுக்கு முகங்கொடுத்துக் கவனமாகவும் இருந்துவந்தாள். அன்னபாக்கியம்

அவசரத்துக்கு ஏதேனும் வேலை ஏவினால் கடுமையாக சலித்துக்கொள்வான். இப்போது, அரசு தரும் ஆயிரம் ரூபாயை வாங்குவதற்காக இவனை நியாயவிலைக் கடைக்குப் போகச் சொல்லிக் கேட்டாள். இப்போதும் சின்னதுரையிடம் அதே சலிப்பு. அங்கே நீண்ட நேரம் காத்திருந்தால் வீட்டு வேலைகள் முடங்கிப்போய்விடும் என்பதைக் காரணமாகச் சொல்லி இவனைப் போகச் சொன்னாள். இவன் இசைவதாயில்லை. இவனை அனுப்பிவைக்க அவள் படாத பாடு பட வேண்டி இருந்தது.

சின்னதுரை தன்னுடைய வீட்டை விட்டு வெளியே அடியெடுத்துவைக்கவும் தாயக்கட்டைகள் உருளும் சத்தம் சன்னமாகக் கேட்கத் தொடங்கியது. அது அக்கம்பக்க வீடுகளிலிருந்து ஒலிப்பதாக இல்லாமல் சூனியவெளியிலிருந்து வருவதாகத் தோன்றவைக்கும். ஆமாம், ஊரடங்கு காலத்தில் வீட்டுக்கு வெளியே ஒருவித அமானுஷ்யத் தன்மை வந்துவிட்டது. சுற்றுமுற்றும் ஒரு முறை வேகமாகப் பார்வையை ஓட விட்டான். தெருவில் ஒரு நாதி இல்லை. தெருவின் இருமருங்கிலும், மஞ்சளில் தோய்ந்த வேப்பிலைத் தோரணங்கள் தொங்கிக்கொண்டிருந்தன. இவனை யாரோ உற்றுப்பார்த்துக்கொண்டிருப்பது போன்ற உணர்வு தட்டவும், இடப்புற வீட்டு ஜன்னலை ஏறிட்டுப்பார்த்தான். ஜோடிக் கண்கள் இவனைப் பார்த்துக்கொண்டிருந்தன. அப்படியே மாடிவீட்டு ஜன்னலை ஏறிட்டபோது அங்கேயும் ஜோடிக் கண்கள் தெரிந்தன. இவன் ஏறிட்டுப்பார்த்த ஒவ்வொரு வீட்டு ஜன்னலிலிருந்தும் ஜோடிக் கண்கள் இவனை வெறித்துக்கொண்டிருப்பதாகத் தோன்றியது. தலையைக் கவிழ்ந்தபடி நடையைக் கட்டினான்.

அப்போது இவனுக்குக் குறுக்காகக் கடந்துபோன எலியொன்று வேலிக்குள் புகுந்துபோனது. அந்த எலியைப் பிடிப்பதற்காக ஓடிவந்த நாய்களுள் ஒன்று வேலியினடியில் தலையை நுழைத்துக்கொண்டிருந்தது. நாயால் அந்த வேலிக்குள்ளாகப் புகுந்துபோக முடியவில்லை. இருந்தாலும், புசுபுசுவென மூச்சை விட்டுக்கொண்டு, விடாமல் முயன்றுகொண்டிருந்தது. அதை அருகே இருந்து பார்த்துக்கொண்டிருந்த இன்னொரு நாய், வேலியின் மறுபக்கம் வழியாக உள்ளே வர ஓடிற்று. அதற்குள் எலி இருந்த இடம் தெரியவில்லை; சிட்டாய்ப் பறந்து மறைந்துவிட்டது.

இப்போதெல்லாம் தெருநாய்களுக்கும் பூனைகளுக்கும் யாரும் உணவு வைக்க விரும்புவதில்லை. ஏனெனில், ஒருவர் தன்னுடைய வீட்டு வாசலைத் தாண்டிவிட்டு மீண்டும் வீட்டுக்குள் நுழைய முற்படும் காரியம் அவ்வளவு எளிமையானதாக இல்லை. ஒருவர் வீட்டை விட்டு வெளியே காலெடுத்துவைத்தார் என்றால் மறுபடியும் உள்ளே போவதற்கு முன்பாக உடைகளைக் கழற்றி வெளியே வைத்துவிட வேண்டும். மஞ்சளும் வேப்பிலையும் கலந்த நீரால் கைகால்களைக் கழுவிவிட்டு, தீட்டு கழிப்பதைப் போல் குளித்துவிடவும் வேண்டும். காரணம், தொற்று வந்ததென்றால் வீடானது தகரத்தால் மூடப்பட்டுவிடும். யாரும் அவ்வீட்டாரைச் சீந்த மாட்டார்கள். பதினைந்து நாட்களுக்குச் சிறைப் பட்டிருக்க வேண்டியதுதான் — இப்போதும் சிறைதான் எனினும் அது சிறைக்குள் சிறை என்பதாக இருந்தது. பதினைந்து நாட்கள் கழிந்த பிறகும்கூடப் பழையபடி இருக்க முடியாது என்பதற்காகவே கொரோனா வந்துவிடக் கூடாது என்றும், அப்படி வந்துவிட்டால் எப்படி மறைக்க வேண்டும் என்றும் ஒவ்வொருவரும்

மெனக்கெட்டுக்கொண்டிருந்தார்கள். சின்னதுரைக்கு அந்தப் பிரயத்தனம் ஒரு படி மேலே.

ஊரடங்குக் கட்டுப்பாடுகளையும் ஊரார் நடந்து கொள்ளும் விதத்தையும் தலைக்குள் ஓடவிட்டபடி நியாயவிலைக் கடைக்கு வந்துசேரும்போது ஏற்கெனவே நாற்பதைம்பது பேர் வரிசையில் நின்று கொண்டிருந்தார்கள். இரண்டடி இடைவெளி விட்டு வரையப்பட்டிருந்த சுண்ணாம்பு வட்டத்துக்குள் எல்லோரும் பவ்யமாக நின்றுகொண்டிருந்தார்கள். வளைந்துவளைந்து நீண்டுபோயிருந்த அந்த வரிசையில் சின்னதுரை தன்னையும் கோத்துக்கொண்டான். அருகே யாரும் மூக்கை உறிஞ்சிக்கொண்டிருக்கிறார்களா என்றும், யாரும் தன்னை உரசும்படியாக வந்து போகிறார்களா என்றும் அவ்வப்போது ஊர்ஜிதப் படுத்திக்கொண்டிருந்தான். யாரோ எங்கேயோ வெகு தொலையில் தும்மினால்கூடப் பதற்றமடைந்தான். முணு முணுத்தவாறு அவர்களைத் திட்டினான். இவனுடைய முறை வருவதற்குள் இவனிடம் இருந்த ஆற்றலெல்லாம் வடிந்துபோயிற்று.

ஒருவழியாக, நியாயவிலைக் கடையில் இவன் ஆயிரம் ரூபாயைப் பெற்றுக்கொண்டதும், வீட்டுக்குத் தேவையான பலசரக்குகளையும் காய்கறிகளையும் அளந்தளந்து வாங்கிக்கொண்டு, கடுமையான சோர்வுடன் வீடு திரும்பினான். நீண்ட காத்திருப்பிலும் அலைச்சலிலும் களைத்துப்போன சின்னதுரை தன் வீட்டை நெருங்குகையில், அந்த நாய்கள் இரண்டும் அதே வேட்கையோடும் ஆவேசத்தோடும் வேகம் குறையாமல் வேலிக்குள் பரபரத்துக்கொண்டிருந்ததைக் கவனித்தான். கூட ஒரு பூனையும் சேர்ந்திருந்தது.

அந்தப் பூனை சந்துபொந்தெல்லாம் புகுந்து எலியைத் துரத்திக்கொண்டிருந்தது. பூனையிடம் எப்படியும் மாட்டிக்கொள்ளும் என்ற நம்பிக்கையில் நாய்கள் அந்தப் பூனையைப் பின்தொடர்ந்துகொண்டிருந்தன. நாய்களிடமும் பூனையிடமும் இப்படியொரு ஆக்ரோஷத்தை இதற்கு முன்பு இவன் பார்த்ததில்லை. வெறிபிடித்தாற்போல் விரட்டிக்கொண்டிருந்தன.

இவன் தெருவோரத்தில் ஒதுங்கிக் கைச்சுமையை இறக்கிவைத்துவிட்டு, வாயையும் மூக்கையும் மறைத்தபடிக் கட்டியிருந்த கைக்குட்டையை அவிழ்த்து முகத்தையும் கழுத்தையும் அழுந்தத் துடைத்துக்கொண்டான். துடைக்கத்துடைக்க இவனுடைய கருத்த தேகத்திலிருந்து வியர்வை ஊற்றெடுத்துக்கொண்டிருந்தது. தெருக்கோடிவரை பார்வையை அலையவிட்டான். தெரு வெறிச்சோடிக் கிடந்தது; பாழடைந்திருப்பதுபோல. ஜன்னல்களில் ஜோடிக் கண்கள். தாயக்கட்டைகளின் சத்தமும் சீரான இடைவெளியில் ஒலித்துக் கொண்டிருந்தது. உச்சி வெயில். அசைவற்ற மரங்கள். கரைந்து அழைத்துக் குழு சேர்த்துப் பகிர்ந்துண்ணும் குணத்தை மறந்துபோன காக்கைகளின் கரைதல். மீண்டும் கைக்குட்டையைக் கட்டப்போனவன் அதைச் சுருட்டி சட்டைப்பையில் திணித்துக்கொண்டு, புதிய கைக்குட்டையை எடுத்துக் கட்டிக்கொண்டு நடையைத் தொடர்ந்தான். அப்போது வேலிக்குள்ளிருந்து தெருவுக்குள் வந்தது எலி. எலியைப் போல நுழைந்துவிட முடியாத நாய்களும் பூனையும் வேலியைச் சுற்றி வெளியே வந்தன. எலி அதற்குள் கழிவுநீர்க் குழாய்க்குள் புகுந்துபோயிற்று. துரத்திவந்த நாய்கள் இரண்டும் மூச்சை வேகமாக இழுத்துவிட்டுக்கொண்டு குழாய் முனையிலேயே

காவல்காத்தன. சின்னதுரை அந்த நாய்களைக் கடந்து வீட்டுக்குள் நுழையும்போது ஏறிட்டுப் பார்க்கையில், நாய்களில் ஒன்று கழிவுநீர்க் குழாய்க்குள் முகத்தை விட்டுத் துலாவிக்கொண்டிருந்தது. அதன் தாடை எலும்பு உடைந்துவிடுமோ என்று இவன் அச்சமடையும் அளவுக்கு மூர்க்கமாக இருந்தது அதன் துலாவல். இன்னொரு நாயோ அரைவட்டப் பாதையில் இங்குமங்கும் சுற்றிச்சுற்றி வந்தது. பூனையைக் காணவில்லை. சின்னதுரை அந்த நாய்கள் இரண்டையும் விரட்டிப்பார்த்தான். நாய்கள் இவனைப் பொருட்படுத்துவதாயில்லை.

அன்னபாக்கியத்தை அழைத்துக் கைச்சுமையைக் கொடுத்துவிட்டு, வாசலில் தயாராக இருந்த சோப்புத் தண்ணீரில் கைகால்களைக் கழுவிய பிறகு உடை களை அந்த இடத்தில் வைத்தே களைந்தான். பின்னர், மஞ்சளும் வேப்பிலையும் கலந்த நீரால் கைகால்முகம் கழுவிக்கொண்டு, அந்த இடத்தில் பினாயிலையும் தெளித்துவிட்டு, இடுப்பில் கட்டிய துண்டோடு வீட்டுக்குள் நுழைந்தான். நுழைந்ததும் கதவுக்குக் கொண்டியிட்டான். சட்டென வீட்டுக்குள் இருள் நிறைந்ததைக் கண்டு, விளையாடிக்கொண்டிருந்த பிள்ளைகளெல்லாம் கோரஸாகச் சத்தம் எழுப்பி னார்கள். தடவித்தடவி ஸ்விட்சைப் போட்டான்.

பிறகு, கொஞ்சம் கடுமையான குரலில், “தெருல எலி சுத்திக்கிட்ருக்குது. கதவு அடைச்சே இருக்கட்டும்ன” என்றவன், துஷ்டி வீட்டுக்குப் போய்விட்டுவந்த பாவனையில் குளிக்கக் கிளம்பினான்.

ஆய்வதற்காகக் கீரையையும் தட்டையும் எடுத்துக் கொண்டு முன்னறைக்கு வந்தவள், “இந்தக் கதவையும்

அடச்சிவச்சிட்டா என்னமா இருக்கும்” என்று தனக்குள்ளாகச் சலித்துக்கொண்டது சின்னதுரையின் காதிலும் விழுந்தது. இந்த அங்கலாய்ப்புக்கு அவர் களுடைய வீட்டின் அமைப்புதான் முக்கியக் காரணம். பத்துக்குப் பத்து அளவில் சிறிய முன்னறை — அன்னபாக்கியம் தன்னுடைய மகள்கள் சுமதி, சித்ரா, அகிலா மூவரோடும் இந்த அறையில் உறங்கிக் கொள்வாள். முன்னறைக்கு அடுத்தாற்போல, முன்னறையில் கால்வாசியே அளவுகொண்ட சமையலறை. அதையடுத்து அதில் முக்கால்வாசி அளவில் படுக்கையறை: ஃபிரிட்ஜ், பயன்படுத்தாத வாஷிங்மெஷின், இரண்டு பீரோ, அழுக்குத் துணி மூட்டைகள், போர்வை தலையணைகள், பாத்திரம் பண்டங்கள், இன்னபிற ஓட்டை உடைசல்களெல்லாம் குப்பைக்கூளம்போல இங்கே அடைந்துகிடக்கும். சின்னதுரையும் கடைக்குட்டி மகன் சரவணனும் இங்கே படுத்துக்கொள்கிறார்கள். இந்த அறையில்தான் இவனுடைய இரண்டு இஸ்திரிப்பெட்டிகளும் இஸ்திரிப் போர்வைகளும் இப்போது முடங்கிக்கிடக்கின்றன. இந்த அறையை அடுத்து, ஒரு ஆள் நிற்க மட்டுமே சாத்தியம் உள்ள மிகச் சிறிய குளியலறையும் கழிப்பறையும் என ஒரு நேர்கோட்டில் அறைகள் அமைந்திருக்கும் சிறிய வீடு அது. இந்த வீட்டுக்கு எலிக்கூண்டு என்ற பெயரும் உண்டு — இவனைத் தேடிவரும் ஆட்கள், வீட்டைப் பார்த்துவிட்டு இந்த வார்த்தையைச் சொல்லும்போது, “நான்லாம் எப்படி இருக்க வேண்டியவன்” என்று சொல்லிவிட்டு, “ஹ்ம்ம்ம்” என்று சலித்துக்கொண்டவாறு அண்ணாந்துபார்த்து இரண்டு கைகளையும் விரித்துக் கொள்வான் சின்னதுரை. முன்னறையின் கதவு வழியே தவிர வீட்டுக்குள் சூரிய வெளிச்சம் வருவதற்கான சாத்தியம் துளியும் கிடையாது என்பதால் வீட்டுக்குள்

எப்போதும் புழுக்கம் மண்டிக்கிடக்கும். அதனால்தான், பகல் பொழுதில் முன்கதவை அடைத்துவைப்பதற்கு அன்னபாக்கியம் ஒப்புக்கொள்ள மாட்டாள்.

இப்போது, குளியறைக்குள் சின்னதுரை சென்ற கொஞ்ச நேரத்தில் பிள்ளைகள் அலறும் சத்தம் கேட்டது. தலையைக்கூடத் துவர்த்தாமல் இடுப்பில் கட்டிய துண்டோடு வெளியே வந்தான். படுக்கையறைக் கதவை மூடிக்கொண்டிருந்தாள் அன்னபாக்கியம். என்ன என்பதாக அவளைப் பார்த்தான்.

முன்னறையைக் காட்டியபடி, "எலி" என்று மட்டும் சொன்னாள்.

சின்னதுரைக்கு அடக்க மாட்டாத ஆத்திரம். நாக்கைத் துருத்திக்கொண்டு அவளை அடிப்பதற்குக் கையை ஓங்கியவன், அவளுடைய முகத்தைப் பார்த்ததும் ஓங்கிய கையைப் பின்னுக்கு இழுத்துக்கொண்டான். அவள் முகம் துவண்டுபோயிருந்தது. "சுயபுத்தி இல்லாட்டி சொல்புத்தியாச்சும் இருக்கணும்" என்றபடி, எலியை நோட்டமிட முன்னறைக்கு வந்தான். பிள்ளைகள் ஐந்தும் தெருவுக்குப் போகத் துணியாமல், வாசலுக்கும் தெருவுக்கும் இடையே இருந்த சின்ன இடைவெளியில் நெருக்கியடித்தவாறு நின்றுகொண்டிருந்தார்கள்.

அரைகுறையாக மூடிக்கிடந்த படுக்கையறையை அன்னபாக்கியத்திடம் காட்டி, கதவை நன்றாக மூடச் சொன்னான். "என் நேரம். வெளிச்சம் வரட்டுமேனு தொறந்தன். கண்ண மூடித் திறக்குறதுக்குள்ள வந்துடுச்சே" என்று புலம்பியவள், படுக்கையறைக் கதவை மூடிவிட்டு சமையலறை இருளுக்குள் ஒதுங்கிக் கொண்டாள்.

எலி முன்னறையின் ஒரு மூலையில் வைக்கப்பட்டிருந்த மேஜையின் கீழே போய் நின்றது. கிழட்டு எலி. பெருச்சாலி போன்ற உடல்வாகு. சாக்கடைக்குள் குளித்துவிட்டு வந்திருந்த எலியின் மயிர்களெல்லாம் சிலும்பலாக எழும்பிநின்றன. அது வாசலிலிருந்து மூலைக்குள் நகர்ந்த இடங்களில் கறுப்புக்கறுப்பாக அதன் காலடித்தடங்கள். சின்னதுரை மெதுவாகச் சென்று, கீரையையும் தட்டையும் எடுத்து அன்ன பாக்கியத்திடம் நீட்டினான். இவன் அடியெடுத்து வைக்கும்போது எங்கே தாவலாம் என்பதாக எலி இங்குமங்கும் வேவுபார்த்துக்கொண்டிருந்தது. சின்ன துரையின் உடம்பிலிருந்து தண்ணீர் வடிந்து அறையே ஈரக்காடாக ஆனது. சலம்பிக்கொண்டிருக்கும் பிள்ளை களிடம் அமைதியாக இருக்கச் சொல்லிவிட்டு, 'துடைப்பம் வேண்டும்' என்பதாக அவர்களிடம் சைகைகாட்டினான். துடைப்பத்தைத் தூக்கிப்போட எத்தனித்தவர்களிடம் 'வேண்டாம்' என்று அவசரமாகக் கைகாட்டிவிட்டு, அவர்களிடமிருந்து அதை வாங்குவதற்காக ஒரு பூனையைப் போல வெளியே எட்டுவைத்த அந்தக் கணத்தில் எலி சட்டென உள்ளே பாய்ந்து சமையலறையைக் கடந்து, மூடப்பட்டிருந்த கதவுக்குக் கீழ் இருந்த மிகச் சிறிய இடைவெளிக்குள் தன்னுடைய பெருத்த உடலை உருக்கி உள்ளே நுழைந்து படுக்கையறைக் குழப்பங்களுக்குள் புகுந்துபோயிற்று.

௩

எலி இவனுக்கு எதிரியாக மாறியிருந்த காலம் இது. முன்பெல்லாம் ஊரில் யார் வீட்டிலேனும் எலித் தொல்லை என்றால் இவன் வீட்டைத்தான் தேடி வருவார்கள். வீட்டில் எலி செத்துப்போய்க் கிடந்த

தென்றால் அதை அப்புறப்படுத்துவதற்கும் இவன் வீட்டு வாசலில் வந்துநிற்பார்கள். பாக்கியநாதனுடன் இவன் பலமுறை எலி பிடிக்கவும் செத்துப்போன எலியை அப்புறப்படுத்தவும் சென்றிருக்கிறான். அப்படிச் சென்றபோது ஒருமுறை, பூனை அளவிலான எலி ஒன்றை அப்புறப்படுத்த வேண்டியிருந்தது. அது இறந்துபோய் நாட்கள் கடந்திருந்ததால் கிட்டத்தட்ட உருகி வழியும் நிலையில் இருந்தது. அது தெரியாமல், எலியை எடுப்பதற்கு ஓடிவிட்டான் சின்னதுரை. பாக்கியநாதன் எச்சரிப்பதற்குள் அதன் மீது கையை வைக்கவும் வைத்துவிட்டான். அழுகிய சதைத்துணுக்கு இவனுடைய ஐந்து விரல்களிலும் மருதாணித் தொப்பிபோல அப்பிக்கொண்டுவிட்டது. சின்னதுரையை ஒதுங்கிக்கொள்ளச் சொல்லிவிட்டு, சிரட்டையால் அந்த எலியை வழித்தெடுத்து ஒரு பழைய பாத்திரத்தில் நிறைத்துவைத்தார் பாக்கியநாதன். அந்தப் பாத்திரத்தோடு இருவரும் வெளியே வந்தபோது அங்கே திரண்டிருந்த ஒவ்வொருவரும் முகத்தைச் சுளித்தபடி இருந்தார்கள். காறிக்காறித் துப்பித்துக் கொண்டிருந்தார்கள். தன்னையும் அப்பாவையும் பார்த்தே அவர்கள் முகத்தைச் சுளிப்பதாகவும் காறித் துப்புவதாகவும் சின்னதுரை நினைத்தான்.

இதோ இப்போது தங்கள் முகத்தை அஷ்டகோணலாக வைத்துக்கொண்டு அன்னபாக்கியத்திடம் விசாரித்துக் கொண்டிருக்கிறார்கள் அக்கம்பக்கத்தவர்கள். தலையை மட்டும் வெளியே நீட்டி விசாரித்தவர்களிடம் நடந்த கூத்தை நிகழ்த்தி முடித்துவிட்டு, பிள்ளைகளை வீட்டையொட்டி ஒரு ஓரமாக நிற்கச்சொல்லிவிட்டு பினாயிலால் வீட்டைத் துடைக்க ஆரம்பித்தாள். ஒவ்வொரு வீட்டிலும் எழுந்த முணுமுணுப்புகள்

எல்லாம் ஒன்றுசேர்ந்து பெரும் ஓலமாக சின்னதுரையை எட்டிக்கொண்டிருந்தன. இந்த ஓலம் இவனைப் பழைய காலத்துக்கும் நிலத்துக்கும் கூட்டிச்சென்றது. கொஞ்ச நேரம் அமைதியாக உட்கார்ந்திருந்தான். கோபமும் ஆத்திரமும் திரண்டுவந்து இவன் முகத்தில் குடி புகுந்திருந்தன. "நான்தான் சொல்லிட்டுப் போனேன்ல, சனியனே. கதவத் தொறக்காம வச்சிருந்தா இது தேவயா?" மனைவியிடம் கத்தினான்.

"தொடப்பத்த உள்ள தூக்கிப்போடப்போன பிள்ளைங்க கிட்ட வேணாம்னு சொல்லிட்டு, உங்கள யாரு வெளில போகச்சொன்னது? முக்குல நின்ன எலியப் பிடிக்காம விட்டுட்டு, என்கிட்ட ஏன் முண்ட்றீங்க?" அவள் இந்தக் காலத்தில் இருந்தபடி சாதாரணமாகப் பதில் சொன்னாள்.

அதனால், சின்னதுரை அவளுடன் பேச்சு வளர்க்க விரும்பாமல் தனக்குள்ளாக முணுமுணுத்துக் கொண்டிருந்தான். இவனுடைய முணுமுணுப்பு ஓய்வதாயில்லை. இவனுடைய முணுமுணுப்பு அவளுடைய செவியையும் எட்டிக்கொண்டிருந்தது எனினும் அவள் பதில் பேசவில்லை. கொஞ்ச நேரம் கழித்து, "புலம்பி ஒன்னும் ஆவப்போறதில்ல. எலிப் பத்தியமோ, இல்லனா கம்முல எலி ஒட்டிக்குமே... அது இருந்தா வாங்கிட்டுவாங்க" என்றாள்.

முறைத்துப்பார்த்தான். "ஒரு மணியத் தாண்டிடுச்சு. ஓங்கப்பனா கடையத் தொறந்துவச்சிருப்பான். எப்பயோ மூடிருப்பானுங்க."

"ஆமா, டான்னு மூடுறான். போய்ப் பாத்துட்டுவாங்க."

சின்னதுரை சும்மாவே வெளியில் செல்ல விரும்புவது கிடையாது. இப்போது போயாகத்தான் வேண்டும் என்றிருந்தாலும் மனம் நிலைகொள்ளாமல் தவித்துக் கொண்டிருந்தது. நியாயவிலைக் கடையில் ஒரு நீண்ட காத்திருப்புக்குப் பிறகு, மளிகைக் கடையிலும் காய்கறிக் கடையிலும் நின்றதால் சின்னதுரைக்கு மீண்டும் செல்ல அலுப்பு வேறு. அன்னபாக்கியத்தை அனுப்பலாம் என்றால் அவள் வீட்டைக் கழுவிவிடுவதில் மும்முரமாக இருந்தாள். வேறு வழியில்லை. வேண்டாவெறுப்பாகக் கிளம்பினான்.

சின்னச்சின்னக் கடைகளெல்லாம் அடைக்கப் பட்டிருந்தன. சண்முகக்கனி கடையில் ஷட்டர் முக்கால்வாசி மூடிக்கிடந்தது. அங்கே விசாரித்தான். 'ஸ்டாக் இல்லை' என்று கையை விரித்துவிட்டார்கள். இவனுக்கும் எலியை விரட்டிவிடுவதில் தீராத முனைப்பு இருந்ததெனினும் உடல் ஒத்துழைக்கவில்லை. மெயின் ரோட்டுக்குப் போகத் தெம்பில்லாமல் அக்கம்பக்கத்தில் விசாரித்துவிட்டு வீடு திரும்பிவிட்டான்.

வீட்டின் முன்கதவு பூட்டிக்கிடந்தது. மீண்டும் அதே சம்பிரதாயம். வாசலில் தயாராக இருந்த சோப்புத் தண்ணீரில் கைகால்களைக் கழுவிவிட்டு, உடைகளை அந்த இடத்தில் வைத்தே களைந்துவிட்டு, மஞ்சளும் வேப்பிலையும் கலந்த நீரால் கைகால்முகம் கழுவிக் கொண்டு, அந்த இடத்தில் பினாயிலையும் தெளித்து விட்டு, இடுப்பில் கட்டிய ஈரத்துண்டோடு வீட்டுக்குள் நுழைந்தவன், "அதான் உள்ள பூந்துடுச்சே. இனிமே என்ன பூட்டிவச்சிக்கிட்டு?" என்றான்.

"என்ன வெறுங்கையோட வர்றீங்க?"

த.ராஜன்

"கெடைக்கல."

அவள் தலையில் அடித்துக்கொண்டாள்.

இளைய மகள் இவனிடம் வந்து, "எலி எதையோ போட்டு உருட்டுதுப்பா. கடகடகடன்னு சத்தம் கேட்டுட்டே இருக்குது" என்றாள்.

"நான் விரட்டிட்றேன்." இருவருக்கும் சொல்வதுபோல் பொதுவாகச் சொல்லிவிட்டு நேரே குளியலறைக்கு விரைந்தான். குளித்து முடித்துவிட்டு, படுக்கையறையை நோட்டம்விட்டான். மேலோட்டமாக மேற்பார்வை இட்டபடி, மின்சார இஸ்திரிப்பெட்டியை மட்டும் எடுத்துவந்து முன்னறையின் ஒரு மூலையில் வைத்துக் கொண்டான். மதிய சாப்பாட்டுக்குப் பிறகு எலியோடு மல்லுக்கட்ட ஆயத்தமானான்.

எலி இப்போது சத்தம் ஏதும் எழுப்பாமல் கிடந்தது. எலிக்குப் பதிலாக சின்னதுரை ஒவ்வொன்றாக உருட்டிக்கொண்டிருந்தான். திடீரென்று எலி வெளியே பாய்ந்ததென்றால் அதை அடிப்பதற்கு ஏதுவாக வலதுகையில் ஈக்கு வாரியலொன்று இவனிடம் தயாராக இருந்தது. ஆனால், எலியைக் கண்டுபிடிக்க முடியவில்லை. விளைவாக, அன்று இரவு ஆறு பேரும் ஒரே அறைக்குள் முடங்க வேண்டியிருந்தது. இடநெரிசலால் அன்னபாக்கியமும் சுமதியும் சமையல் அறைக்கு நகர்ந்தார்கள். படுக்கையறைக் கதவைப் பூட்டிவிட்டு, கீழே இருக்கும் இடைவெளிக்குள் எலி நுழைந்துவிடாதவாறு துணியால் அண்டக்கொடுத்து வைத்திருந்தார்கள்.

மறுநாள் காலையில் சின்னதுரை எழுந்ததும் எலி பிடிக்கும் அட்டையை வாங்கிவரச் சொல்லி அவசரப்

பழைய குருடி

படுத்தினாள் அன்னபாக்கியம். சின்னதுரையும் அதற்குத் தயாராக இருந்தான். இன்னும் இரண்டு நாட்களில் முழுநாள் ஊரடங்கு அமலுக்கு வருகிறது என்பது மட்டும் காரணமல்ல. சின்னதுரையின் கடந்த காலத்தை நினைவூட்டும் வல்லமை இந்த எலிக்கும் இருந்ததே முக்கியமான காரணம்.

கடைத்தெருவெல்லாம் கூட்டம் அலைமோதியது. திருவிழாக் கூட்டம். "பால் இருக்கா, முட்டை இருக்கா" என்பதுதான் திரும்பத்திரும்பக் காதில் விழும் சொற்களாக இருந்தன. நெருக்கியடித்து வருபவர்களை ஒரு கூட்டம் திட்டிக்கொண்டிருந்தது. அண்ணா நகர், சிட்கோ நகர், வில்லிவாக்கம் என்று சுற்றுவட்டாரத்தில் கொரோனாவால் பாதிக்கப்பட்ட புள்ளிவிவர உரையாடல் ஒருபுறம். இதையெல்லாம் எட்டயிருந்து கேட்டுக்கொண்டிருந்த சின்னதுரை, ஒரே ஒரு பொருளுக்காக நீண்ட வரிசையில் காத்திருக்க விருப்பமில்லாமலும், இந்தக் கூட்டத்தில் மாட்டிக் கொண்டு தொற்றுக்கு ஆளாகிவிடக் கூடாது என்ற யோசனையிலும், வரிசையை ஒழுங்குபடுத்த நிற்க வைத்திருந்த கடைப்பையனிடம் எலி பிடிக்கும் அட்டையை மட்டும் எடுத்துத்தரச்சொன்னான். வரிசையில் வந்து நிற்கச்சொல்லி குரல் வந்தது. "ஒன்னே ஒன்னுதான்" என்றான். "இப்படி ஒவ்வொருத்தரா ஒரொரு பொருளு வாங்கிட்டுப்போனீங்கனா நாங்க எவ்வளவு நேரம் நிக்குறது." இவன் யாருக்கும் பதில் சொல்லவில்லை. கடைப்பையனிடம் கண்களால் கெஞ்சிக்கொண்டிருந்தான். இவனைப் பார்க்கப் பாவமாக இருந்திருக்க வேண்டும். உள்ளே சென்றுவந்த கடைப்பையன், 'இல்லை' என்பதாக உதட்டைப் பிதுக்கினான்.

த.ராஜன்

அங்கிருந்து நகர்ந்து, அகத்தியர் நகர் முழுவதும் இருக்கும் எல்லாக் கடைகளிலும் ஒரு சுற்று சுற்றிவிட்டு நாதமுனி, வில்லிவாக்கம் என்று கள்ளுக்கடை பஸ் நிறுத்தம்வரை சென்றுபார்த்தும் கிடைக்கவில்லை. திரும்பிவரும் வழியில் வேறு பாதையைத் தேர்ந்தெடுத்து நடக்கத் தொடங்கினான். ஒரே ஒரு கடையில் மட்டும் சின்ன அட்டை ஒன்றும், பெரிய அட்டை ஒன்றுமாக இருந்தது. நூற்றி இருபது ரூபாய் கொடுத்துப் பெரிய அட்டை வாங்க மனமின்றி எழுபது ரூபாய் அட்டையை வாங்கிவந்தான். ஐந்து ரூபாயாவது குறைத்துக்கொள்ளச் சொல்லி எவ்வளவோ பேசிப்பார்த்தும் கடைக்காரன் மசிய மறுத்துவிட்டான். இருக்கும் நிலைமையில் ஒரு எலிக்காக எழுபது ரூபாய் செலவழிப்பது இவனுக்கு அநாவசியமாக இருந்தது. நேற்று நியாயவிலைக் கடையில் கொடுத்த ஆயிரத்தில் மிச்சமிருக்கும் ரூபாயில் தான் இந்த மாதத்தைக் கடத்த வேண்டும் எனும் நிலையில் எழுபது ரூபாயை எலிக்குக் கொடுப்பது இவனுக்கு வயிற்றை எரியச்செய்யும் காரியமாக இருந்தது.

"எல்லாம் உன்னாலதான்டி. எழுவது ரூவா தெண்டம் அழ வேண்டிருக்கு" என்றபடி வாங்கிவந்த அட்டையை வீட்டுக்குள் விசிறியெறிந்தான்.

"என்ன இப்படி எறியிறீங்க? இப்ப இந்த இடத்தைத் துடைக்கணும்" என்று சலித்தபடி அட்டையை எடுத்துப்பார்த்தாள். "எம்மாம் பெரிய எலின்னு பாத்த அப்புறமும் இந்த அட்டையப் போய் வாங்கிட்டு வந்திருக்கீங்களே, கொஞ்சமாச்சும் கூறு இருக்கா?" என்று இரைந்தாள்.

"இதுல ஒட்டும்."

“கிழிக்கும். போய்ப் பெருசு வாங்கிட்டுவாங்க.”

இவன் போகவில்லை. இது ஒன்று மட்டும்தான், ஒரே ஒரு கடையில்தான் இருந்தது என்றான். “அப்பனா திருப்பிக்கொடுத்துடுங்க. இது ஒன்னுக்குமத்தது” என்று திட்டவட்டமாகச் சொல்லிவிட்டாள்.

இன்னுமொரு ஐம்பது ரூபாயைச் செலவழித்துவிட்டு வரும்படி ஆயிற்று. பிறகு, எலியை வரவழைக்க அட்டையில் என்னத்தை வைப்பது என்று யோசிக்கத் தொடங்கினார்கள். இப்போதெல்லாம் தேங்காய் வாங்குவதில்லை. தக்காளி மட்டும்தான் கிலோ பதினைந்து ரூபாய்க்குக் கிடைக்கிறது. ஒரு தக்காளியை நான்கு துண்டாக்கி, ஒரு துண்டை அட்டைக்கு நடுவில் வைத்து, அறையின் மூலையில் ‘ட’ வடிவில் நிற்க வைத்தாள். கதவை அடைத்துவிட்டால் பகலிலும் வீடு இருளில்தான் இருக்கும் என்பதால், மாலைக்குள் பிடிபட்டுவிடும் என்று பேசிக்கொண்டார்கள். சிறுநீர் கழிக்கச்செல்லும் ஒவ்வொருவரும் எலி மாட்டி இருக்கிறதா என்று அவ்வப்போது பார்த்துப்பார்த்துப் போனார்கள். எலி அதைச் சீண்டவே இல்லை. எலி உள்ளே இருப்பதற்கான தடயம்கூட இல்லை. இரவு தூங்கப்போகும் முன் அட்டையை வேறொரு மூலைக்கு மாற்றிவைத்துவிட்டுப் படுத்தார்கள்.

மறுநாள் சின்னதுரை எழுந்ததும், “ஏதோ பிளாஸ்டிக் டப்பாவ எலி உருட்டிட்டு இருக்குற மாதிரி சத்தம் கேட்டுட்டே இருக்குது. ஏதும் ஃபிரிட்ஜ் ஒயரகியரக் கடிச்சிவச்சிருக்கானு பாருங்க” என்றாள்.

“மாட்டலயா?”

தக்காளியை மட்டும் சாப்பிட்டுப்போயிருந்தது. பசையில் எலியின் கால்தடங்கள் இருந்தன.

பல்லைக்கூடத் துலக்காமல் எலி வேட்டைக்குக் கிளம்பிவிட்டான் சின்னதுரை. படுக்கையறைக்குள் சிறிதும்பெரிதுமாகக் கட்டிவைக்கப்பட்டிருக்கும் பிளாஸ்டிக் பொதிகளை ஒவ்வொன்றாக எடுத்துக் கொண்டு, உறங்கிக்கொண்டிருக்கும் பிள்ளைகளை மிதித்துவிடாமல் கவனமாக எட்டுவைத்து வீட்டுக்கு வெளியே கொண்டுபோய் வைத்தான். பிள்ளைகளின் விளையாட்டுப் பொருட்கள், புத்தகப் பைகள், தண்ணீர் பிடித்துவைத்திருக்கும் தவலைப்பானை, பிளாஸ்டிக் வாளிகள், கவிழ்த்துவைக்கப்பட்டிருக்கும் பயன்படுத்தாத பாத்திரங்கள், அழுக்குத்துணிகள், இஸ்திரிக்காகப் பயன்படுத்தும் போர்வை மூட்டை என ஒவ்வொன்றாக வெளியே போயின. ரிப்பேர் ஆகிப்போன வாஷிங் மெஷினை எடுக்கும்போதுதான் எலி உருவாக்கிய, பிளாஸ்டிக் உருட்டும் சத்தம் எங்கிருந்து வந்தது என்பது பிடிபட்டது. வாஷிங்மெஷினிலிருந்து வெளியே தண்ணீர் போகாமலே இருந்ததால் தண்ணீரைக் கழிவுநீர்க் குழாய்க்கு அனுப்பும் வடிகட்டி காய்ந்து போய்க் கிடந்தது. எலி அதை முழுவதுமாகக் கொரித்து வைத்திருந்தது.

அறை முழுவதையும் கிட்டத்தட்ட காலியாக்கிய பிறகு, வீட்டுக்குள் எலி இல்லை என்பது ஊர்ஜிதமாயிற்று. எலி அந்த வடிகட்டி வழியே கழிவுநீர்க் குழாய்க்குள் சென்று வெளியேறியிருக்க வேண்டும். மீண்டும் அந்த வழியே உள்ளே புகுந்துவிடாதவாறு வடி கட்டியை அடைப்பதற்குத் தட்டு, கிண்ணம் என ஒவ்வொரு பாத்திரமாக வைத்துப்பார்த்தான். வடி

பழைய குடி

*கட்டி அமைந்திருக்கும் இடம் இதற்கெல்லாம் தோதுப்
படவில்லை. வேறு வழி இல்லாமல் பிள்ளைகளின்
சிலேட் ஒன்றை எடுத்துவந்தான். அது கச்சிதமாகப்
பொருந்திப்போனது. எடைக்காக இரண்டு புத்தகங்களை
சிலேட்டின் மீது வைத்தான்.*

*இந்தக் களேபரம் முடிந்து ஆசுவாசமாக இடம்
தராமல், வீட்டுக்கு வெளியே கிடக்கும் குவியலுக்கு,
குடியிருப்புவாசிகளிடமிருந்து எதிர்ப்பு கிளம்பத்
தொடங்கியது. அவர்களிடமிருந்து வந்துகொண்டிருந்த
வார்த்தைகள் இவனை இவன் மறக்க நினைக்கும்
காலத்துக்குள் இழுத்துச்சென்றன என்பதால் நிலை
கொள்ளாமல் தவித்துக்கொண்டிருந்தான். பதில்
சொல்லிக்கொண்டிருக்கும் அன்னபாக்கியத்தை
அமைதியாக இருக்கச்சொல்லிவிட்டு, தன்னை
யும் மௌனியாக்கிக்கொண்டு, வெளியே குவித்து
வைக்கப்பட்டிருந்த பொருட்களை மீண்டும் படுக்கை
அறைக்குள்ளே எடுத்துவைக்க ஆயத்தமானான்.
ஒவ்வொரு பொருளாக உள்ளே போனது. எவ்வளவு
கவனமாக இருந்தும், குப்பைக்கூளம்போல் இல்லாமல்
அவர்களால் அடுக்க முடியவில்லை.*

*அன்று இரவு சின்னதுரையும் சரவணனும் படுக்கை
அறையிலேயே படுத்துக்கொண்டார்கள். அன்ன
பாக்கியமும் பெண்பிள்ளைகளும் முன்னறைக்குப்
போனார்கள். மீண்டும் சகஜநிலைக்குத் திரும்பிய
நிம்மதி வீட்டில் நிறைந்திருந்தது. சின்னதுரை மட்டும்
தெருவாசிகள் பேசிய பேச்சை எண்ணி வெகுநேரம்
தூங்காமல் விழித்திருந்தான்.*

❦

அன்னபாக்கியம் மறுநாள் காலையில் பதற்றத்தோடு சின்னதுரையை எழுப்பிவந்து சமையலறையைக் காட்டியபோது அவளுடைய பதற்றம் இவனுக்கும் தொற்றிக்கொண்டது. சமையலறையில் வைக்கப் பட்டிருந்த கடலையெண்ணெய், நல்லெண்ணெய் பாட்டில்களிலும், ஃபிரிட்ஜின் மேல் வைத்திருந்த தேங்காயெண்ணெய் பாட்டிலிலும் அடியில் துளையிடப்பட்டிருந்தது. ஒரு சொட்டு எண்ணெய் மிஞ்சாமல் எல்லாம் வீணாகிப்போயிருந்தன. வெங்காயக்கூடை, கொஞ்சம் பிளாஸ்டிக் பைகள், துணிகள், இஸ்திரிப் போர்வையில் கொஞ்சம், செய்தித்தாள்களெல்லாம் கருமபட்டிருந்தன. ஆங்காங்கே எலிப் புழுக்கைகள். துளையை மூடி வைத்திருந்த இடத்துக்குப் போனான். சிலேட், புத்தகங்கள் நடுவே பெரிய துளை இருந்தது. தூள் தூளாகக் கொரித்துப்போட்டிருந்தது.

“இதையெல்லாம் ஒரே ஒரு எலி செஞ்சிருக்குற மாதிரி தெரிலயே” என்றான்.

அதைக் கேட்டதும் அன்னபாக்கியம் அழத் தொடங்கி விட்டாள். கொஞ்ச நேரத்தில் அது ஒப்பாரியாக மாறி விட்டது. எழுந்துவந்த பிள்ளைகளோ அலங்கமலங்க விழித்தார்கள்.

அன்னபாக்கியம், “கடைக்காரங்க வீட்டுக்குப் போய் கைலகால்ல விழுந்தாச்சும் எலி மருந்து வாங்கிட்டு வாங்க” என்று கெஞ்சினாள்.

“சாப்பாட்டுக்கே ஒன்னும் கெடைக்காம இருக்காங்க. உனக்கு எலி மருந்து கெடைக்குதா? இந்த நேரத்துல

நான் எலி மருந்து கேட்டா, வேற எதுக்கும்னு நெனச்சு பயந்துடப்போறாங்க.”

கடைசியாக, படுக்கையறையைக் கைவிடுவது என்ற யோசனைக்கு வந்தார்கள். படுக்கையறையில் இருக்கும் எல்லாப் பொருட்களும் அவசியமானவையாகவே இருந்தன. இப்போதைக்கு ஃபிரிட்ஜ், இஸ்திரிப் போர்வைகள், பேஸ்ட் பிரஷ் சோப்புகளை மட்டும் முன்னறைக்குக் கொண்டுவந்தார்கள். எல்லோரையும் குளித்துக்கொள்ளச் சொன்னான் சின்னதுரை. பிறகு, படுக்கையறைக் கதவை மூடிவிட்டு, கதவுக்குக் கீழே ஒரு கைலியைத் துண்டாக்கி அண்டக்கொடுத்தான்.

சிறுநீர் கழிப்பது ஒரு பெரும் பிரச்சினையாயிற்று. பழைய பாத்திரம் ஒன்றில் இருக்கச்சொல்லி, அதை வெளியே எடுத்துச்சென்று, யாருக்கும் சந்தேகம் வராதபடி ஊற்றிவிட்டுவந்தாள் அன்னபாக்கியம். யாருக்கும் சிறுநீர் வந்ததென்றால் மற்ற ஐவரும் முன்னறைக்கு வந்து முதுகைக்காட்டி உட்கார்ந்து கொள்கிறார்கள். கதவில்லாத சமையலறைக்குள் சென்று கழித்துவிட்டு வர வேண்டும். பாத்திரத்திலிருந்து எழும் சத்தத்தைத் தவிர்க்க எவ்வளவு முயன்றும் முடியவில்லை. பெண்பிள்ளைகளைப் பொறுத்தவரை அவர்கள் எப்போது கழிப்பறை சென்றுவருகிறார்கள் என்பது யாருக்கும் தெரியாத அளவுக்குத்தான் இதுவரை இருந்திருக்கிறார்கள். அன்னபாக்கியம் உருவாக்கி வைத்திருக்கும் பழக்கம் அது. இப்போது எல்லோர் முன்னிலையிலும் அதைச் செய்ய வேண்டியிருப்பதால் பெண்பிள்ளைகள் ரொம்பவே சிரமப்பட்டார்கள். தண்ணீர் குடிப்பதைக் குறைத்துக்கொண்டார்கள். மறுநாள் காலையில் கழிப்பறை செல்ல வேண்டும்

என்றால் என்ன செய்வது என்று சின்னதுரை பதற்றப் படலானான்.

பதற்றத்தை இன்னும் அதிகரிக்கும் விதமாக எலிகளின் அட்டூழியம் கூடியது. நேரம் ஆகஆகச் சத்தம் கூடிக் கொண்டேபோனது. எலிகளெல்லாம் பாய்ந்துபாய்ந்து கதவில் வந்து விழுவது போன்ற சத்தத்தைக் கேட்டு ஒவ்வொருவரும் பயந்து நடுங்கினார்கள். உள்ளே ஐம்பதறுபது எலிகள் இருப்பது போன்ற கற்பனையை அந்தச் சத்தம் உருவாக்கியது. அண்டக்கொடுத்திருந்த துணியை எலிகள் கருமத் தொடங்கியிருந்தன. எலிப் புழுக்கைகளின் புழுங்கிய வாடையும் உள்ளேயிருந்து கசியத் தொடங்கியிருந்தது. ஊரிலுள்ள மொத்த எலிகளும் கழிவுநீர்க் குழாய் வழியே தங்களுடைய வீட்டுக்குள் வந்துவிட்டதாகவும், எப்படியும் அவர்கள் இருக்கும் அறைக்குள்ளும் நுழைந்துவிடப்போவதான ஆவேசத்துடன் எலிகள் இருப்பதாகவும் பேசிக் கொண்டார்கள். கதவைத் திறந்து, அகப்படும் எலிகளை அடித்துக் கொன்றுவிடும் யோசனையைச் சொன்னான் சின்னதுரை. அதைக் கேட்டுப் பிள்ளைகள் கத்தத் தொடங்கிவிட்டார்கள். அன்னபாக்கியமும் அதற்கு சம்மதிக்கவில்லை. நீண்ட யோசனைக்குப் பிறகு, “இன்னைக்கு ஒரு நாள் கடத்திடுவோம். நாளைக்கு கார்ப்பரேஷன்ல சொல்லி வரவச்சிடலாம்” என்றான். “முழுநாள் ஊரடங்குல? வருவாங்களா?” என்றாள். உறுதியாகத் தெரியாமலே, “கார்ப்பரேஷன்ல வருவாங்க. அது ஒன்னும் பிரச்சன இல்ல” என்றான்.

உறங்கக் கிளம்பும் முன், கதவுக்கு அடியில் துணியை அழுந்தத் தள்ளியபடி அதோடு சேர்த்து டைல்ஸ் கற்களையும் திணித்துவைத்தான். கதவில் இறைச்சித்

துண்டுகளை வேகமாக எறிவதுபோல அப்போதும் சத்தம் கேட்டுக்கொண்டிருந்தது. வீட்டுக்குள் அந்தச் சத்தம் மட்டும் நிறைந்திருந்தது. யாரும் எதுவும் பேசிக்கொள்ளவில்லை. கொஞ்ச நேரத்தில் பிள்ளைகளும் அன்னபாக்கியமும் உறங்கிவிட்டார்கள். சின்னதுரைக்கு மட்டும் சத்தமும் துர்நாற்றமும் பழகவில்லை. அவ்வப்போது எழுந்துவந்து கதவில் காதை வைத்துக் கேட்பான். கதவுக்குக் கீழே இருக்கும் டைல்ஸ் கற்களையும் துணியையும் சரிபார்ப்பான். பிறகு, கோரைப்பாயில் கண்களை மூடிக்கொண்டபடி விழித்திருப்பான். மீண்டுமொரு முறை சரிபார்ப்பு. இப்படியே பொழுதைக் கழித்துக்கொண்டிருந்தான்.

தன்னையறியாமல் கண்ணசந்திருக்க வேண்டும். கதவில் மோதும் சத்தங்கள் நின்றுபோய், உள்ளேயிருந்து 'கிறீச்' சத்தம் மட்டும் ஆவேசமாகக் கேட்பதைத் தொடர்ந்து கதவைக் கொரித்துப் பெரிய துளையிட்டு எலிகளெல்லாம் கொத்துக்கொத்தாக வீட்டுக்குள் நுழைந்து அவர்களைப் பிய்த்துத் தின்பதாகக் கனவு கண்டு விழித்தான். எழுந்துவந்து பார்த்தபோது எல்லாம் அப்படியே இருந்தன. கதவில் மோதும் சத்தமும் அப்படியே தொடர்ந்துகொண்டிருந்தது. சின்னதுரைக்கு அந்த இரவு மிகவும் மெதுவாக நகர்ந்து கொண்டிருந்தது. பொழுது புலரத் தயாராகும் வேளையில் சின்னதுரை இன்னொரு கனவுகண்டு விழித்தான். அந்தக் கனவில், சின்னதுரையும் அன்னபாக்கியமும் பிள்ளைகளும் பஞ்சப்பட்டினியில் வாடிய தோற்றத்தில் இருக்கிறார்கள். இனி ஒரு வேளை சாப்பிடாமல் இருந்தால் சாவுதான் எனும் நிலையில், படுக்கையறைக் கதவின் நடுவே சிறிய துளையிட்டு, ஆளுக்கொரு எலி என்பதாக உருவியெடுக்கிறான்

சின்னதுரை. தேவைப்படும்போது மீண்டும் இங்கிருந்து எடுத்துக்கொள்ளலாம் என்று அன்னபாக்கியத்தையும் பிள்ளைகளையும் பார்த்துச் சொல்கிறான். அப்போது, பாட்டி செல்லத்தாயியின் குரலில் பேசுகிறாள் அன்ன பாக்கியம்: "யய்யா, எலியப் பிடிச்சுத் தின்னதால நாம பட்ட பாடு மறந்துபோச்சா? எலிய இனிமே தொட்றதில்லனு முடிவெடுத்தோமே. எத்தன முற அந்தக் கதைய உன்கிட்ட சொல்லிருக்கேன். நீ இப்படிப் பண்ணலாமா?" இவன் பதில் பேசாமல் திகைப்பில் இருக்கிறான். அதைத் தொடர்ந்து, "என்ன காரியம்யா பண்ணப்பாத்த" என்கிறாள். இவன் அப்போதும் திக்பிரமை பிடித்தவன்போல் இருக்கவும் அருகே வந்து உலுப்புகிறாள். சின்னதுரை அந்த உலுப்பலால் கனவிலிருந்து விழித்தான். இமைகளை முழுதாகத் திறக்கச் சிரமப்பட்டான். மூச்சுவிடுவதற்கும் சிரமப் பட்டுக்கொண்டிருந்தான். சட்டென எழுந்துவிட முடியாதபடி உடல் சோர்வு. சோம்பல் முறிக்கவும் முடியாதபடி கைகால் உலைச்சல். தட்டுத்தடுமாறிப் படுக்கையறைக் கதவருகே வந்தான். கதவில் துளை ஏதும் இல்லை. ஆனால், கதவில் எலிகள் மோதும் சத்தம் நின்றுபோயிருந்தது.

௬

சூரியன் வராமலே விடிந்துவிட்டது என்பதாகப் புலர்ந்திருந்த அதிகாலையில் ஆறு பேருக்கும் காய்ச்சல் கண்டிருந்தது. ஊரையே எழுப்பிக்கொண்டிருந்தது இவர்களுடைய வறட்டு இருமல். ஒவ்வொருவரும் இவர்களை சபிப்பதுபோல் பார்த்தார்கள். நரகலைப் பார்த்ததுபோல் முகத்தைச் சுளித்தார்கள். யாரும் இவர்களின் அருகே வருவதற்குத் துணியவில்லை.

இது இவனுடைய பால்ய காலத்துக்கும் செல்லத்தாயி சொன்ன கதைகளின் காலத்துக்கும் கூட்டிப்போய் விட்டது. வீட்டுக்கு வராமல் வாசலுக்கு வெளியே நின்று பேசிவிட்டுக் கிளம்பும் அந்தக் காலத்தவர்கள் இவன் நினைவுக்கு வரவும், இடிந்துபோய் உட்கார்ந்து விட்டான். மூச்சுவிடச் சிரமப்பட்டான். அப்போது, ஆம்புலன்ஸை அழைக்கும்படித் தயங்கித்தயங்கிச் சொன்னாள் அன்னபாக்கியம். சின்னதுரை சம்மதிக்க மாட்டான் என்றே அவள் நினைத்திருக்கக்கூடும். ஒரு பேச்சுக்குச் சொல்வதைப் போலவே கேட்டாள். ஆனால், இவன் மறுபேச்சு பேசவில்லை. ஆம்புலன்ஸை அழைத்தான். அண்டை வீட்டுக்காரர்கள் கதவை இழுத்து மூடிக்கொண்டு ஜன்னல் வழியாகப் பார்க்கத் தொடங்கினார்கள். இவர்கள் மருத்துவமனை செல்ல ஆயத்தமானார்கள். அப்போது, இளைய மகள் வந்து கழிப்பறை செல்ல வேண்டும் என்றாள். உடனே மூத்தவளும் அவளோடு சேர்ந்துகொண்டாள். எலிகளின் சத்தம் ஓய்ந்திருந்தது என்றாலும் அன்னபாக்கியம் படுக்கையறைக் கதவைத் திறக்கப் பயந்தாள். அதனால், சின்னதுரையிடம் கூட்டிப்போகச் சொல்லிக் கேட்டாள். இவன் அவளுக்குப் பதில்சொல்கிறானில்லை. பார்வை நிலைகுத்தியிருந்தது. அவளும் இவனை நச்சரிக்காமல், பிள்ளைகளிடம் கொஞ்சம் பொறுத்திருக்கும்படிச் சொன்னாள். மருத்துவமனை சென்று பார்த்துக் கொள்ளலாம் என்றாள். அதிலிருந்து, நொடிக்கொரு முறை எட்டிப்பார்த்தவாறு ஆம்புலன்ஸை எதிர் பார்த்துக் காத்துநின்றாள். சின்னதுரை இதில் எதுவும் பட்டுக்கொள்ளாமல் சிந்தனையில் தொலைந்த வனாக வெறித்திருந்தான். இவன் மனம் பழைய காலத்திலும் நிலத்திலுமே நிலைத்திருந்தது. இங்கே உள்ளவர்கள் எல்லோரையும் அந்தக் காலத்தில்

கொண்டுபோய் நிறுத்தியிருந்தான். கண்களை மூடிக் கொண்டு, தன்னுடைய நெற்றியில் சுட்டுவிரலால் தட்டிக்கொண்டிருந்தான். வானை ஏறிட்டுப்பார்த்துக் கைகளைக் குவித்து நெஞ்சோடு அணைத்துக்கொண்டு தன்பாட்டுக்கு அனத்தினான். அண்டை வீட்டுக் காரர்கள் இவனை வாட்டிக்கொண்டிருந்தார்கள். அவர்கள் இவனை முழுவதுமாக ஆக்கிரமித்து இருந்தார்கள். இவன் பதைபதைப்புடனே இருந்தான். அப்போது, மருத்துவமனை செல்வதற்குத் தேவையான பொருட்களையெல்லாம் எடுத்துவைத்துவிட்டு வெளியே வந்த அன்னபாக்கியம், "பிள்ளைங்களுக்கு ஏதும் ஆகிடுமோனு பயமா இருக்கு" என்றாள். அப்போதும், இவன் திக்பிரமை பிடித்தவன்போல் இருக்கவும் அருகே வந்து உலுப்பினாள். ஏறிட்டுப்பார்த்தான். "பிள்ளைங்களுக்கு ஏதும் ஆகிடுமோனு எனக்கு பயமா இருக்கு" என்று அதே தொனியில் மீண்டும் ஒரு முறை சொன்னாள். அவள் கண்களில் மரண பீதி. இவன் அவளுடைய பயத்துக்குப் பதில் சொல்லாமல் தன்போக்கில் இப்படிச் சொன்னான்: "சரியாகி வந்ததும் வேற ஊருக்குப் போய்டலாம்."

ɷ ʋ

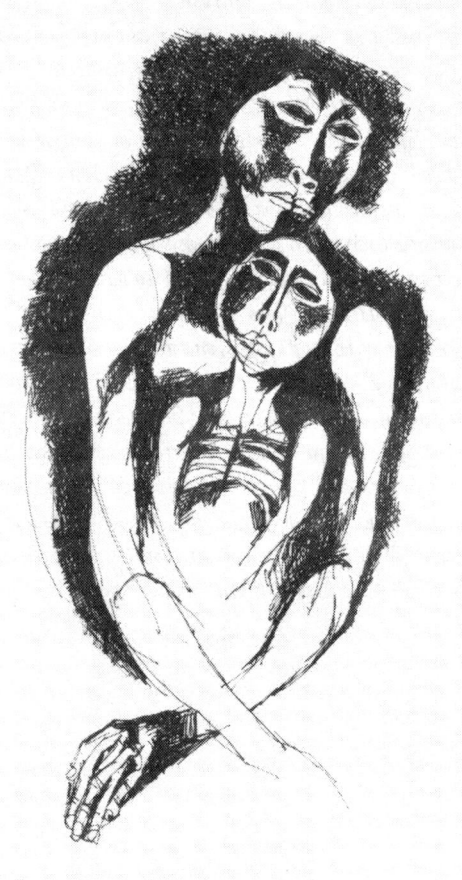

அரூபி

முன்னர் எந்த முலையிலிருந்து பால் உறிஞ்சி எடுத்தானோ அதையே தன் கைகளால் அழுத்தி சந்தோஷப்படுகிறான். எங்கிருந்து வந்தானோ அதே பாலியல் உறுப்பைத்தான் இப்போது அனுபவித்துக்கொண்டிருக்கிறான். முன்னர் தாயாக இருந்தவள்தான் இப்போது மனைவியாக இருக்கிறாள். இப்போது மனைவியாக இருப்பவள் முன்னர் தாயாக இருந்தவள்தான். முன்னர் தந்தையாக இருந்தவன்தான் இப்போது மகனாக இருக்கிறான். இப்போது மகனாக இருப்பவன் முன்னர் தந்தையாக இருந்தவன்தான்.

– யோகத் தத்துவ உபநிடதம்

மனோகரி கருவறைக்குள்ளிருந்து வெளியே வரும் கணத்தில், அவளைப் பெற்றெடுக்கும் ரஞ்சிதத்தின் உயிரைப் பறிப்பதற்காக அவளுக்கு வெகு அருகே குத்தவைத்து அமர்ந்திருந்தான் காலன். ரஞ்சிதத்தின் கூப்பாடு ஒரு சிசுவைப் பிரசவிக்கும் குரல்போல் அல்லாமல் சாவை எதிர்நோக்கும் அலறலாகவே வெளிப்பட்டு, பிரசவ அறைக்கு வெளியேயும் அவளுடைய மரணத்தைப் பறைசாற்றிக்கொண்டிருந்தது.

கர்ப்பவாய் திறக்காமல் இரண்டு நாட்களாகப் பேறுகால வேதனையை எதிர்கொண்டிருந்தவளுக்கு இப்போது முக்கி வெளித்தள்ளும் திராணி இல்லை என்றாலும் கூப்பாடு மட்டும் ஸ்ருதி குறையாமல் வந்து கொண்டிருந்தது. குழந்தையின் இருப்புநிலையைப் பரிசோதிப்பதற்காகப் பிறப்புறுப்புக்குள் மருத்துவர் தன்னுடைய கையை நுழைக்கும் ஒவ்வொரு முறையும் உயிரை விட்டுவிடுவதுபோல அலறினாள். அறுவைச் சிகிச்சைக்கு ஒத்துக்கொள்கிறாளில்லை. குழந்தையின் இதயத் துடிப்பு குறைந்துகொண்டிருக்கிறது என்று சொன்னபோதும் அவள் கொஞ்ச நேரம் காத்திருந்து பார்க்கும்படிதான் சொன்னாள். காலம் கடந்துகொண்டிருந்தது. அவளுடைய கூப்பாடு நீண்டுகொண்டிருந்தது. குழந்தையின் இதயத் துடிப்பு மீண்டும் சீராகத் தொடங்குவதற்குள் அவளுடைய உடல் மேலும் பலவீனப்பட்டுப்போனது. கடைசியில், ரஞ்சிதம் தன்னில் எஞ்சியிருந்த கடைசி ஆற்றலை மொத்தமாகத் திரட்டி சிசுவை வெளித்தள்ளினாள். அந்தக் கணத்தில் காலனும் ஆயத்தமானான். ஆனால், மனதுக்கினிய அழுகுரலிலும் பளபளக்கும் சருமத்திலும் அடர்த்தியான சிகையிலும் ஒளிரும் கண்களிலும் மூக்கும்முழியுமாக வெளியே வந்து விழுந்த சிசுவின் பொலிவில் லயித்துப்போய் அவன் காலம் தவறிவிட்டான். பூரிப்பில் தன்னுடைய காரியத்தைக் கோட்டைவிட்டதைச் சட்டென்று அவன் உணர்ந்துகொண்டான் எனினும் ரஞ்சிதத்தின் உயிரை எடுக்கும் பொருட்டு அவளுடைய உடலுக்குள் புகுந்துபோக நினைத்தவன், கவனப்பிசகாகக் குழந்தையின் உடலுக்குள் வழிமாறிச் சென்று மாட்டிக்கொண்டுவிட்டான். ரஞ்சிதத்தின் உயிரை எடுப்பதற்கான தருணம் வரும்வரை காத்திருப்பது தவிர

இனி அவனுக்கு வேறு வழி இல்லை — மனோகரியின் உடலிலிருந்து வெளியேறுவதற்கான வழியையும் அவன் யோசித்தாக வேண்டும். சிசுவினுள்ளே காலன் புகுந்துபோன அந்தக் கணத்தில் அந்தப் பச்சிளம் குழந்தையின் லட்சணமெல்லாம் மேலும் பூரணத்துவம் பெற்று மின்னத் தொடங்கிவிட்டது.

குழந்தையைக் கையில் ஏந்தியிருந்த மருத்துவரும் அதன் புதிய பொலிவைக் கண்டு அசந்துபோனார். தன்னுடைய அனுபவத்தில் இப்படியொரு அதிசயத்தைப் பார்த்ததில்லை என்று சொன்னதோடு ஒரு ஏக்கப்பெருமூச்சையும் வெளிப்படுத்தியபடி அருகே நின்றுகொண்டிருந்த செவிலியிடம் கொடுத்துவிட்டு நகர்ந்துவிட்டார். அவளோ கைதவறக்கூடும் என்ற அச்சத்துடன் கண்ணாடிப் பொருளொன்றை வாங்குவதைப் போல மிகவும் ஜாக்கிரதையாக, தன்னுடைய உடை பாழாய்ப்போவதையெல்லாம் பொருட்படுத்தாமல், சிசுவைப் பொத்தினாற்போல ஆசைஆசையாக வாங்கிக்கொண்டாள். அதன் மீது பிரசவக் கசடுகள் இல்லை என்றால் யாரும் அதை அப்போது பிறந்த குழந்தை என்று நம்ப மாட்டார்கள். பிரசவ அறையே அதிசயத்தைக் கண்ட பரவசத்தை வெளிப்படுத்திக்கொண்டிருந்தது. செவிலி அதன் மீதிருந்த கண்களை எடுக்காமல் அதன் அழகை ஸ்வீகரித்துக்கொண்டிருந்தாள். சிசுவைக் குளிப்பாட்டி துணியில் சுற்றி எடுத்துவந்தவள், பிரசவ அறைக்கு வெளியே காத்திருந்த மனோகரியின் அப்பாவும் ரஞ்சிதத்தின் கணவருமான பூதத்தானிடம் பூரிப்போடு காட்டுகையில், அவனும் பூரித்துப்போவான் என்று அவள் நினைத்ததற்கு மாறாக அவனுடைய முகம் சுருங்கியதை விநோதமாகப் பார்த்தாள். பூதத்தானின்

அகத்தில் நிரம்பிய துர்எண்ணம் அவனுடைய முகத்திலும் வெளிப்பட்டுக்கொண்டிருந்ததை, சுற்றியிருந்த எல்லோருமே கண்டுகொண்டார்கள். வாங்க நீட்டிய கையைப் பின்னுக்கு இழுத்துக்கொள்ளும் அளவுக்கு அவ்வளவு அப்பட்டமாக அதை வெளிப் படுத்தவும் செய்துவிட்டான். "பிள்ள யார் மாதிரி இருக்குய்யா?" என்று அருகிலிருந்து எழுந்த கிழட்டுக் குரலைக் கேட்டதும், பொறுக்க மாட்டாமல் விறு விறுவென நடையைக் கட்டிவிட்டான்.

இவள் தனக்குப் பிறந்தவள் இல்லை என்ற எண்ணம் பூதத்தானை வாட்டிவதைக்கத் தொடங்கிவிட்டது. கல்யாணமாகிப் பத்து ஆண்டுகள் கழித்துப் பிறந்தவள் மனோகரி. ரஞ்சிதம் உண்டாகியிருந்த அந்த சமயத்தில் அவளை விட்டு விலகியிருந்தோமா, வீட்டில் யாரும் இல்லாமல் அவள் இருக்கும் சூழல் அப்போது ஏதேனும் அவளுக்கு வாய்த்ததா, வீட்டை விட்டு வெளியே எங்கேனும் சென்றாளா, தனக்குத் தெரிந்த நபர்களின் ஜாடை ஏதும் தட்டுப்படுகிறதா என்று விதவிதமாக எழுந்த கேள்விகள் அவன் மனதைக் குடைந்து, கோபமாகவும் ஆங்காரமாகவும் வெளிப்படுத்தும்படி அவனை அலைக்கழித்துக்கொண்டிருந்தன. தன் சந்தேகத்தை நிவர்த்தி செய்யும் விதமாக, பத்து மாதங் களுக்கு முன்னால் நடந்த நாட்களை ஒவ்வொன்றாக மனதில் ஓட்டிப்பார்க்கத் தொடங்கினான். நாசூக்காக சுற்றத்திடம் பேசிப்பார்த்துவந்தான். வீட்டிலும் இருப்புகொள்ளாமல் குட்டி போட்ட பூனையாகப் பரிதவித்துவந்தான். இதை எல்லாம் கண்டுகொண்டிருந்த காலன் இனி தன்னுடைய வேலை அதுவாகவே நடந்துவிடும் என்ற நம்பிக்கையில் குதூகலிக்கத் தொடங்கினான். நாளாக ஆக மனோகரியின் பொலிவு

கூடிக்கொண்டிருந்தது. அவள் கண்கள் வயலட் நிறத்தில் ஒளிர்ந்துகொண்டிருந்தன. மேனியின் மென்மையோ நம்ப முடியாததாக இருந்தது. எடுப்பான தோற்றம். யாருக்குமே சந்தேகம் தோன்றவைக்கும் அழகு. பூதத்தானின் மனதில் இத்தனை ஆண்டுகாலம் சிறுகச் சிறுகச் சேர்ந்திருந்த சந்தேகங்களெல்லாம் திரண்டு பூதாகரமாக மாறக் காரணமானாள் மனோகரி.

៛

மனோகரியைத் தனியே அழைத்து வகுப்பறைக்கு வெளியே கூட்டிச்சென்று, வீட்டுக்கு இப்போதே கிளம்புமாறு பதற்றத்தோடு வாத்தியார் சொல்லும் போதுகூட அவளுக்கு விபரீதம் புரியாத அளவுக்குச் சிறுபிள்ளையாகவே இன்னும் இருந்தாள். தனக்கு அவசரம் ஒன்றும் இல்லை என்றும், இன்னும் அரை மணிக்குள் வகுப்பு முடிந்துவிடுமாகையால் அரை மணிநேரம் கழித்தே வீட்டுக்குச் செல்வதாகவும் அவள் சொன்னதும் அதற்கு எப்படி எதிர்வினையாற்றுவது என்று தெரியாமல் அவர் குழம்பிப்போனது மனோகரிக்கே புரியும் அளவுக்கு இருந்தது. பதினேழு வயதுப் பிள்ளை இப்படி வெகுளியாக இருக்கிறாளே இனி என்ன ஆவாள் என்பது போன்ற எண்ண ஓட்டத்தை வெளிப்படுத்தும் பச்சாதாபமும் பரிவும் கலந்த துயரார்ந்த பார்வையோடு அவர் தனது கண்ணாடியைக் கழற்றுவதும் சட்டை விளிம்பால் அதைத் துடைத்துவிட்டு மாட்டுவதும் மீண்டும் கண்ணாடியைக் கழற்றித் துடைப்பதுமாக இருந்தார். செய்தியைக் கேள்விப்பட்ட கணத்திலிருந்தே அவர் நடுங்க ஆரம்பித்துவிட்டார். சுலபமாக உடைந்துவிடும் வழக்கமுள்ள அவர்தான் மனோகரி எதிர்கொண்ட

பல இக்கட்டான தருணங்களில் அவள் பக்கம் நின்று பேசியிருக்கிறார். அவளுடைய கவர்ந்திழுக்கும் அழகையும் யாரோடும் அண்டாமல் தனியாகத் திரியும் சுபாவத்தையும் அவளுடைய வெகுளித்தனத்தையும் முட்டாள்தனத்தையும் கண்டு மனோகரி மீது அவருக்குப் பரிவு உண்டு என்பதாலும், அம்மாவின் நிழலாக மனோகரி வளர்ந்தவள் என்பதை அவர் அறிந்திருந்ததாலும் இந்தத் துர்சம்பவம் என்னவோ தன் வீட்டிலே நேர்ந்ததுபோல அவரது உடல் பூராவும் துக்கம் படர்ந்ததில் முகம் கறுத்துவிட்டது. மனோகரியோ எதுவும் மண்டைக்கு உரைக்காதவளாக, வாத்தியாருடைய வீட்டில்தான் ஏதோ பிரச்சினை என்பதுபோல் பதில் சொல்லிக்கொண்டிருந்தாள். மீண்டும்மீண்டும் இருவரும் ஒரே விஷயத்தையே வேறுவேறு வார்த்தைகளில் பேசிக்கொண்டிருப்பது வாத்தியாருக்கு உரைக்கவும், கேட்கக் கூடாது என்று நினைத்திருந்ததைத் தன்னையறியாமல் கேட்டுவிட்டார்: "உன் வீட்டுல ஏதும் பிரச்சனையாம்மா?"

அந்தக் கேள்வி அவளை உடைத்துவிடப் போது மானதாக இருந்தது. மயங்கிச் சரிந்துவிடுவாளோ நிலைகுலைந்துபோவாளோ அழுது அரற்றிக் கொண்டே வெளியே ஓடிவிடுவாளோ என்று அவர் அச்சப்பட்டதற்கு மாறாக, மிகவும் நிதானமாக வகுப்பறைக்குள் சென்று நோட்டுப் புத்தகங்களைப் பைக்குள் அடுக்கிவைத்து எடுத்துக்கொண்ட பிறகே வெளியேறினாள். அங்கிருந்து நகர்ந்து நான்கு எட்டு வைக்கவும் அவளுடைய இருதயம் கனக்கத் தொடங்கிவிட்டது. சைக்கிளை எடுத்துக்கொண்டு பள்ளியை விட்டு வெளியேறும்போது அவளுக்குக் குறுக்கும்நெடுக்குமாகப் போகும் வண்டிகளும்

ஆட்களும் என எதுவும் அவளுக்கு உரைத்திருக்க நியாயமில்லை என்பதாக வீட்டுக்கு வேகம்பிடித்தாள். மனோகரியின் அம்மா இரண்டு நாட்களுக்கு முன்பாகத்தான் அவளிடம் கேட்டாள்: "நான் செத்துப்போயிட்டேன்னா அப்பாவப் பாத்துக்குவியா?" இந்தக் கேள்வி இப்போது மனோகரியின் மனதில் ஓடிக்கொண்டிருந்தது. அப்பாவை வெறுக்கும்படியான எவ்வளவோ கதைகளை மனோகரியிடம் அவள் பகிர்ந்திருக்கிறாள். இவள் மனதில் படிந்திருக்கும் அப்பா மீதான கசடுகளுக்கு ரஞ்சிதமே காரணம். ஆனால், இப்போது இப்படிக் கேட்கிறாளே அதற்கு என்ன அர்த்தம், எதற்காக இப்படிக் கேட்கிறாள் என்று குழம்பினாலும் அதைப் புரிந்துகொள்ளும் பக்குவம் இவளுக்கு இல்லை. அந்தச் சூழலை எப்படி எதிர்கொள்வது என்று தெரியாமல் தவியாய்த்தவித்தாள். அம்மா அப்படிக் கேட்கும்போது, அப்படியெல்லாம் சொல்லாதே என்று அவளுடைய பேச்சைத் தடுத்திருக்க வேண்டும். அதைச் செய்யவில்லை. அதைச் சொல்ல வாய்வரவில்லை என்றால் அழுது புலம்பியிருக்கவாவது வேண்டும். அதையும் செய்யவில்லை. குறைந்தபட்சமாக, எதையும் சொல்லாமல் அமைதியாகவாவது இருந்திருக்க வேண்டும். மாறாக, அந்தச் சூழ்நிலைக்குப் பொருந்தாத வார்த்தைகளைச் சொன்னாள்: "நான் பாத்துக்குவேம்மா."

வீடு ஒரு வாரமாகவே சண்டையால் புழுங்கிக் கொண்டிருந்த சமயத்தில்தான் மனோகரியிடம் இந்தக் கேள்வியைக் கேட்டிருந்தாள் ரஞ்சிதம். மனோகரியினுடைய அம்மாவுக்கும் பாட்டிக்கும், அம்மாவுக்கும் அப்பாவுக்கும் இது அவ்வப்போது நடக்கும் சம்பிரதாயம் என்பதாலும், இப்படியான

சண்டையின் முடிவில் அம்மா வீட்டை விட்டு வெளியேறி ஓரிரு மாதங்கள் தனிக்குடித்தனம் இருந்துவிட்டுப் பிறகு மீண்டும் பழையபடித் தன்னுடைய வாழ்க்கையைத் தொடர்ந்துவிடுவாள் என்பதாலும் இந்த முறையும் மனோகரி இதைப் பெரிதுபடுத்தவில்லை. அப்பாவுக்கும் அம்மாவுக்கும் அல்லது பாட்டிக்கும் அம்மாவுக்கும் பேச்சு முற்றி அடக்க மாட்டாமல் தகாத வார்த்தைகளைப் பேசிக் கொள்வதை மனோகரி கேட்டிருக்கிறாள். பாட்டி செல்லத்தாயியின் வாயில் எதற்கெடுத்தாலும் வசவுச் சொற்கள் வந்து விழும். அம்மா அப்படிப் பேச மாட்டாள் என்பதாலேயே பாட்டி அதை ஒரு ஆயுதமாகப் பயன்படுத்திக்கொள்வாள். ஆனால், விபரீதமான புள்ளியைத் தொடும்போது இருவரும் மாறிமாறித் திட்டிக்கொள்வார்கள். அந்த வசவுகள் பொதுவாக இப்படி இருக்கும்: "மினுக்கிக்கிட்டு ஹேண்ட்பேக்கத் தோள்ல போட்டுட்டு வேலைக்குப் போறது எவனுக்காகன்னு எனக்குத் தெரியாதா? ஒவ்வொருத்தர்ட்டயும் சிரிச்சிச்சிரிச்சுப் பேசுறதும் கொஞ்சிக் குலாவுறதும் என் காதுக்கு வராமயாப் போயிடும்... அவுசாரி முண்ட." செல்லத்தாயியின் வார்த்தைகள் ஒவ்வொன்றும் நேரே அவள் இருதயத்தில் போய் இறங்கி அழுத்தும்போதும் ரஞ்சிதம் அதற்குப் பதில் சொல்லத் திணறுபவளாகவே ஆரம்பத்தில் இருந்திருக்கிறாள். அது செல்லத்தாயிக்கு அனுகூலம். வெற்றி பெற்றுவிட்ட களிப்பில் வார்த்தைகள் அந்தப் பக்கம் வளர்ந்துகொண்டேபோகும். நாளாகநாளாக ரஞ்சிதமும் பேசக் கற்றுக்கொண்டாள்: "நானா அவுசாரி? நீதான் அவுசாரி. கெலடு தட்டுன அப்புறமும் ஹார்லிக்ஸ் பாட்லு வாங்கிக்கிட்டு ஒன் அக்காப் புருஷன் ஓடிவாறானே எதுக்காவ? நான் என் புருஷனத்

தவுர யாருக்கும் முந்தி விரிச்சது கெடையாது. வந்துட்டா அருதலி." இதற்கு அடுத்து செல்லத்தாயி சொல்லும் வார்த்தைக்கு, தாள மாட்டாமல் வெளியேறி மூச்சிரைக்க அழுதுகொண்டிருப்பாள் ரஞ்சிதம். இரண்டு வார்த்தைகளுக்கும் ஒரே அர்த்தம்தான் என்றாலும் இதை மட்டும் ரஞ்சிதத்தால் தாங்கிக்கொள்ள முடியாது. அதை அறிந்திருக்கும் செல்லத்தாயி, கடைசி அஸ்திரமாக ஏவும் வார்த்தை இதுதான்: "தேவுடியா."

இந்த முறை இப்படியான இடத்துக்குச் சண்டை வந்து நின்றதா என்ற விவரம் மனோகரிக்கு அப்போது தெரிந்திருக்கவில்லை. ஆனால், ரஞ்சிதம் திட்டவட்டமாக முடிவெடுத்திருக்க வேண்டும். அதனால்தான், இரண்டு நாட்களுக்கு முன்பாக மனோகரியை அருகில் இருத்தித் தலையைக் கோதிவிட்டு உச்சிமுகர்ந்து, "நான் செத்துப்போயிட்டேன்னா அப்பாவப் பாத்துக்குவியா?" என்று கண்ணீர் மல்கக் கேட்டாள். தன்னுடைய முடிவை மகளிடம் குறிப்புணர்த்துவதற்காக இப்படிக் கேட்டாள். அது மனோகரிக்குப் புரிந்திருக்கவில்லை. மனோகரிக்கு அப்போது அழுகை வந்தது என்றாலும் பக்குவம் இல்லாமல்தான் எதிர்வினையாற்றினாள். அதற்கும் ரஞ்சிதம்தான் காரணம். கைக்குழந்தையைக் கவனித்துக்கொள்வதைப் போல மனோகரியைப் பொத்திப்பொத்தி வளர்த்துவந்தாள். மனோகரியின் வனப்பும் மினுமினுப்பும் பூரணத்துவமும் எல்லோர் கண்களையும் ஈர்த்துக்கொண்டிருந்தன. கிட்டத்தட்ட எல்லோருமே அவளைப் பிய்த்துத்தின்பதற்கு முயன்றார்கள். சின்னப் பிள்ளையாக இருக்கும்போதே மனோகரியைப் பாலியல் வேட்கையுடன் அணுகும் சொந்தபந்தங்களையும் அக்கம்பக்கத்தவர்களையும் கண்டு ரஞ்சிதம் அதிர்ந்துபோனாள். ஒருமுறை,

பழைய குருடி

அவள் வீட்டுக்கு வந்திருந்த உறவினர் ஒருவர் மனோகரியை வாங்கி மடியில் இருத்திவைத்துக் கொஞ்ச ஆரம்பித்தார். மனோகரிக்கு எட்டு வயது. அப்போது அவருடைய கண்களில் நிறைந்திருந்த ஆசையைக் கண்டு செய்வதறியாது திகைத்துநின்றாள் ரஞ்சிதம். பின்பொருநாள், தன் பிள்ளையை அள்ளி உதட்டில் முத்தமிடும்போது குழந்தையும் பதிலுக்கு முத்தமிட்டதில் தெரிந்த அசம்பாவிதத்தைக் கண்டு மீண்டும் திகைத்துநின்றாள். யாரோ குழந்தையின் உதட்டில் விபரீத எண்ணத்தோடு முத்தமிட்டிருக்க வேண்டும் என்பது புரிந்தது. ஆனால், ரஞ்சிதத்துக்கு யாரை சந்தேகிப்பது என்று தெரியவில்லை. இப்படி அவள் திகைத்துநிற்கும்படியான சம்பவங்கள் அடிக்கடி அரங்கேறிக்கொண்டிருந்தன. பதின் பருவப் பையன்களிலிருந்து படுகிழம்வரை மனோகரியைத் தொட்டாவது பார்த்துவிடத் துடித்துக் கொண்டிருந்தார்கள். விளைவாக, கைக்குள் வைத்துப் பார்த்துக்கொள்ளும் முடிவுக்கு ரஞ்சிதம் வந்துவிட்டாள். யாரையும் அண்ட விடவில்லை. பூதத்தான் உட்பட. மனோகரியிடம் ரஞ்சிதம் அடிக்கடி சொல்லும் விஷயம்: "யாரையும் உன்னத் தொட்றதுக்குக்கூட அனுமதிக்கக் கூடாதும்மா."

வீட்டில் மனோகரி இருக்கும்போது வாய் ஓயாமல் பேசிக்கொண்டே இருப்பாள் ரஞ்சிதம். அறிவுரைகளும் எச்சரிக்கைகளும் வந்துகொண்டே இருக்கும். மனோகரி சிந்திப்பதும் பேசுவதும் நடந்துகொள்வதும் என சகலமும் ரஞ்சிதத்தின் கட்டுப்பாட்டில் இருந்தன. இவையெல்லாம் மனோகரியின் தலைக்குள் ஓடிக்கொண்டிருக்கும்போதே, இந்த ஒரு வார காலத்தில் ரஞ்சிதம் தன்னுடன் பேசியதையும், வீட்டில்

அங்கொன்றும் இங்கொன்றுமாகக் காதில் விழுந்த வார்த்தைகளையும் தாறுமாறாக மனதில் ஓட்டிக் கொண்டிருந்தாள். வீட்டை நெருங்குவதற்கு ஒரு மைல் தூரத்தை எட்டியவுடன் சாலையோரங்களில் வாய் பொத்தியபடி கூடியிருந்த ஆட்கள், மனோகரியை இன்னும் மருட்சியடைய வைத்தனர். கூட்டங்களைக் கடந்துசெல்லும்போது, பக்கத்தில் நிற்பவர்களிடம் உச்சுக்கொட்டியபடி பேசியது மனோகரியின் காதுக்குத் துல்லியமாக எட்டவில்லை என்றாலும் இப்படியான வார்த்தைகள் அவளை வந்தடைந்துகொண்டிருந்தன: "அவ ஒரே மக." "பிள்ள மேல உசுரையே வச்சிருந்தா." "இவளும் அம்மான்னா உசுர விட்ருவா." "இதுக்கு அப்றம் என்ன ஆவாளோ." "பாவம்."

இவை எதிரொலித்துக்கொண்டிருக்கும்போதே வீட்டை நெருங்கிவிட்டாள். டாக்ஸியையும் அதைச் சுற்றி ஆங்காங்கே குழுமியிருந்த ஆட்களையும் கண்டதும்தான் யதார்த்தம் அவளுடைய நடுமண்டையில் ஏறிநின்றது. வந்த வேகத்தில் அப்படியே சைக்கிளை வீசிவிட்டு இறங்கியவள் துவண்டுபோய்க் கீழே விழப்பார்த்தாள். அவளைக் கைத்தாங்கலாகக் கூட்டிப்போக இடப்பக்கம் ஒருத்தியும் வலப்பக்கம் ஒருத்தியுமாகத் தோளில் கைபோட்டார்கள். அப்படியே உடல் ஒடுங்கி, தன்னை அவர்களிடம் ஒப்படைத்தாள். டாக்ஸியைச் சுற்றிக் குழுமியிருந்த ஆட்கள் ஒவ்வொருவரும் பரபரப்பு தொற்றிக்கொண்டவர்களாக இவளை நெருங்கத் தொடங்கினர். திறந்துகிடந்த டாக்ஸியின் பின்கதவருகே மனோகரியைக் கூட்டிச்சென்றதுதான் தாமதம், அவளை அருகே நெருங்கவிடாமல் கையையும் காலையும் பிடித்துப் பின்னால் இழுத்தனர் பக்கத்துவீட்டுப் பெண்கள். ரஞ்சிதம் என்ன கதியில் கிடக்கிறாள்

என்பது அந்தப் பெண்களுக்கு ஏற்கெனவே தெரிந்து இருந்ததால் மனோகரியை அப்படி இழுத்துச்செல்லும் உந்துதலை அவர்கள் பெற்றிருந்தனர். ஆனால், அந்தக் கணப் பொழுதுக்குள்ளேயே ரஞ்சிதத்தின் முழுமையான சித்திரத்தையும் மனோகரி உள்வாங்கியிருந்தாள். வெந்து போன முகம். தீய்ந்து கருகிப்போன மயிர். திறந்திருந்த கண்கள். முகத்திலும் கூந்தலிலும் மணற்துகள்கள் நிறைந்திருந்தன — தீயை அணைப்பதற்காக நாலா பக்கமிருந்தும் மண்ணை அள்ளி எறிந்ததாகப் பின்னால் அறிந்துகொண்டாள். கூட்டத்தில் ஒருத்தி சொன்னாள்: “சேல பூரா எறிஞ்சுபோயிருந்தாலும் ஜட்டியும் உள் பாடியும் அவ உடம்போட ஒட்டிக்கிச்சு. அவளோட நல்ல மனசுக்குத்தான் இப்படியொரு நெலமைலயும் மானம் போகாம இருந்துருக்கு.”

அழுதுகொண்டிருந்த மனோகரி, குரல் வந்த திசையில் திரும்பிப்பார்த்தாள். இன்னொரு பக்கத்திலிருந்து: “கொளுத்திட்டு வெளிய வந்தவ அப்படியே அமைதியா உக்காந்துட்டா. சின்ன சத்தம் இல்லயே. லேசா எண்ணைப் பட்டாலே துடிச்சுப்போயிட்றோம். எப்படி இப்படிச் சத்தமில்லாம இருந்தானே தெரியல. மனசு அப்படியாப்பா கல்லாப்போயிருக்கும்...” கால்நீட்டி தரையில் உட்கார்ந்திருந்த மனோகரி பெருங்குரலெடுத்து அழுதுகொண்டிருந்தபோதும் சுற்றி நிற்பவர்களின் பேச்சுக்குரல் அவளுக்குள் இறங்கிக்கொண்டிருந்ததுதான் அவளுடைய அடக்க மாட்டாத அழுகைக்கு மேலும் எண்ணெய் வார்த்துக்கொண்டிருந்தது. ஏற்கெனவே அழுது கண்ணீர் வற்றிப்போயிருந்தவர்கள்கூட மனோகரி அழுவதைப் பார்த்து மீண்டும் ஒப்பாரியைத் தொடங்கினர். தாங்கள் பேசிய பேச்சால் ரஞ்சிதம் மீது உண்டான கலங்கத்தையெல்லாம் துடைத்துத்

தங்களைக் குற்றவுணர்விலிருந்து மீட்டுக்கொள்ளும் விதமாகக் கண்ணீர் உகுத்தனர். தூரத்தே தனியாக நின்றுகொண்டிருந்த செல்லத்தாயியைப் பார்த்து ஆளாளுக்கு வசை பொழியவும் ஆரம்பித்தனர்: “கல்லு மாதிரி நிக்கா பாரு. அவளுக்கு நல்ல சாவு வருமா. புழுத்துத்தான் சாவா.” ரஞ்சிதத்தின் இந்த முடிவுக்கு செல்லத்தாயிதான் காரணம் என்பதாகத் தீர்ப்பு எழுதிக்கொண்டிருந்தார்கள் ஊரார் — இந்த நேரத்தில் அப்பாவின் ஞாபகமும் மனோகரிக்கு வந்துபோனது. ரஞ்சிதமோ ஒரு துண்டுக் காகிதத்தில் தன்னுடைய சாவுக்கு யார் காரணம் என்பதை எழுதிவைத்துவிட்டுப் போயிருந்தாள்: “கடந்த சில மாதங்களாகக் கடுமையான வயிற்றுவலியால் அவதிப்பட்டுக்கொண்டிருந்தேன். கொஞ்ச நாட்களாகத் தாங்க முடியாத வயிற்றுவலி. அதனால்தான் தற்கொலை செய்துகொள்ளும் முடிவை எடுத்தேன். என் சாவுக்கு யாரும் காரணம் இல்லை.”

“பிள்ளயப் பாத்துக்கணும்னுதான் இப்படி எழுதி வச்சிருக்கா” என்றார்கள். “பிள்ளய ஒரே ஒரு நிமிஷம் நெனச்சுப்பாத்திருந்தா இப்படி செஞ்சிருப்பாளா, சண்டாளி” என்றார்கள். “அவ அளவுக்கு இதுக்கு அப்றம் பிள்ளய யார் பாத்துக்க முடியும்? அநியாயம் பண்ணிட்டாளே. பிள்ள முகத்துக்காவது எல்லாத்தையும் முழுங்கிட்டு இருந்திருக்கக் கூடாதா?” அனுதாபங்கள் முழுக்க இவளைச் சுற்றியே இருந்தன. மனோகரி அழுதுகொண்டே இருந்தாள். கொஞ்ச நேரத்தில் அவசரப்படுத்தத் தொடங்கினார்கள்: “சீக்கிரம் தர்மாஸ்பத்திரிக்குக் கொண்டுபோங்கப்பா. உசுரு கிடந்து இழுத்துட்டுக் கிடக்குல்ல.” ரஞ்சிதம் கிட்டத்தட்ட கரிக்கட்டை ஆகியிருந்தாள். எரிந்து முடியும் கரிக் கட்டையில் கனன்றுகொண்டிருக்கும் கங்குபோல

ஆங்காங்கே உடல் சிவந்திருந்தது. ஒருவருக்கும் அவள் உயிர் பிழைப்பாள் என்ற நம்பிக்கை இல்லை. மனோகரி வந்து பார்க்க வேண்டும் என்பதற்காகத்தான் இவ்வளவு நேரமும் காத்திருந்தார்கள். வண்டியைக் கிளப்பத் தயாராகவும் மனோகரி முதன்முறையாகப் பேசினாள்: "யம்மா..."

ஊர்ப் பெரியவர் ஒருவர், "அவள அவ அம்மாகிட்ட கூட்டிப்போங்கப்பா. ஏதாச்சும் பேசட்டும்" என்றார். "முரண்டுபிடிக்கக் கூடாதுன்ன? முரண்டு பிடிச்சன்னா கிட்ட விட மாட்டோம் பாத்துக்க" என்று எச்சரித்த பெண்கள், அவளை அணைத்த வாக்கிலேயே வண்டி யின் பின்கதவருகே மீண்டும் கூட்டிப்போனார்கள். வாழை இலையால் போர்த்தப்பட்டிருந்த அந்தக் கரிந்து போன உடலை நிதானமாகப் பார்த்தவள், தன்னில் எஞ்சியிருந்த கடைசி ஆற்றலை மொத்தமாகத் திரட்டி அழுதாள். "எதாச்சும் அம்மாட்ட சொல்லும்மா" என்றார்கள். இவள் அழுதுகொண்டிருந்தாள். "ஒன்னும் ஆவாதும்மா, சரியாகி வந்துடுவம்மான்னு சொல்லு" என்றார்கள். இவள் அழுதுகொண்டிருந்தாள். இதை எல்லாம் கவனித்துக்கொண்டிருந்த ரஞ்சிதம் தன் கருகிப்போன முகத்தில் பாளம்பாளமாக வெடித்திருந்த உதடுகளைத் திறந்து மனோகரியை ஏறிட்டுப்பார்த்துச் சொன்னாள்: "அழாதம்மா தங்கம்."

௬

மனோகரியின் மனதை ஆக்கிரமித்திருக்கும் ரஞ்சிதத்தின் நினைவுகள் அன்றைய இரவில் மட்டுமல்லாது இனி எப்போதும் தன்னை முடக்கிப்போடவிருக்கும் சிறை என்பதை அப்போது அவள் உணர்ந்திருக்கவில்லை. காமமும் அது சார்ந்தவையுமாக ஒரே புள்ளியில் வந்து

இணையும் ரஞ்சிதத்தின் நினைவுகள் ஒன்றன் பின் ஒன்றாக வந்து விழவும் அவளுடைய மூளையானது ரச வாதத்துக்குத் தயாராகிக்கொண்டிருந்தது.

இரண்டு வீட்டிலும் சம்மதம் வாங்கி ரஞ்சிதத்தை பூதத்தான் திருமணம் முடிக்கும்போது அவள் இரண்டு மாதக் கருவைச் சுமந்துகொண்டிருந்தாள். அதுவே அவளை நோகடிக்க செல்லத்தாயிக்குப் போதுமானதாக இருந்தது. கடைசியில் தன்னைத்தானே கொளுத்திக் கொண்டபோதும்கூட அந்தக் கடைசிச் சண்டைவரை, "கல்யாணத்துக்கு முந்தியே முந்திய விரிச்சவதான" என்று சொல்லியபடியேதான் இருந்தாள் செல்லத்தாயி. அதுவும் கல்யாணமான புதிதில் அந்தச் சின்ன வயதில் இந்தப் பேச்சையெல்லாம் தாங்கிக்கொள்ள முடியாத ரஞ்சிதம் தன்னுடைய வயிற்றில் வளரும் பிள்ளையைக் கரைத்துவிட முடிவெடுத்தாள். பிறகு, மீண்டும் கரு தங்குவதற்குப் பத்து ஆண்டுகள் காத்திருக்க வேண்டியிருந்தது. இதற்குள் பூதத்தானின் தம்பி இரண்டு பிள்ளைகளைப் பெற்றெடுத்திருந்தான். பிள்ளை தங்காதவள் தொட்டால் ஆகாது, அவளுடைய கண் பட்டுவிட்டால் பிள்ளைகளுக்கு சுகக்கேடு வந்துவிடும் என்று ஏதேதோ சொல்லி அந்தப் பிள்ளை களை ரஞ்சிதம் தொடாமல் பார்த்துக்கொள்வது செல்லத்தாயிக்கு முக்கியமான வேலையாக இருந்தது. இதற்கும் பன்னிரண்டு ஆண்டுகள் கழித்துதான் பூதத்தானை செல்லத்தாயி பெற்றெடுத்திருந்தாள். இருந்தும், மருமகள் ஆகாது என்று திட்டவட்டமாக முடிவெடுத்தவளாக, செல்லத்தாயி அதிலிருந்து கொஞ்சம்கூடப் பின்வாங்காமல் தன் மனதைத் திடமாக வைத்துக்கொண்டாள். தன்னிடம் இப்படி நடந்துகொண்டவள் இன்னொருவனிடமும் நடந்து

கொள்ள மாட்டாள் என்று என்ன நிச்சயம் என்றே பூதத்தானுக்கும் நினைப்பு. பூதத்தானின் இப்படியான எண்ணத்தை ரஞ்சிதம் உணர்ந்துகொள்வதற்கு, மனோகரி பிறந்து பதினேழு வயது ஆகும்வரை காத்திருக்க வேண்டியிருந்தது. அதுவே ரஞ்சிதத்தின் உயிரைப் பறிக்கவும் காரணமாகிவிட்டது.

ரஞ்சிதத்துக்கு நகங்களை வளைவாகக் கத்தரித்து ரத்தச்சிவப்பில் நகப்பூச்சு இடுவதென்றால் அலாதிப் ப்ரியம் என்றும், பூதத்தான் அதற்குத் தடை விதித்திருந்தான் என்றும் மனோகரியிடம் ரஞ்சிதம் பகிர்ந்திருக்கிறாள். அந்தத் தடையானது மனோகரி வரை நீண்டிருந்தது. ரஞ்சிதம் நைட்டி உடுத்தி இருந்ததற்காக, "மாமனாரும் கொளுந்தங்காரனும் இருக்குற வீட்ல இப்டி அவுத்துப்போட்டு இருக்கணுமா" என்று செல்லத்தாயி சொல்வதற்கு வலுசேர்க்கும் விதமாக, எந்நேரமும் அவள் சேலையில் இருப்பதையே பூதத்தானும் விரும்பினான். சொந்தபந்தங்கள் வீட்டுக்கோ கோயில்குளங்களுக்கோ செல்லும்போதும் ரஞ்சிதத்திடமிருந்து தள்ளியே இருப்பதும், பிறர் முன்னால் அவளை அவமானப்படுத்தும் விதமாகப் பேசுவதும் பூதத்தானின் வாடிக்கை. இடுப்பு தெரிய சேலை கட்டக் கூடாது, நகப்பூச்சு கூடாது, நகம் வளர்க்கக் கூடாது, கண்மை கூடாது, அலங்கரித்துக் கொள்ளக் கூடாது, வெளியே செல்லக் கூடாது இப்படித் தன்னிடம் கணவன் விதிக்கும் கட்டுப்பாடுகளை எல்லாம் அவள் பொருட்படுத்தாமல் இருந்துவிட்டாள். வீட்டில் புகைந்துகொண்டிருந்த விஷயங்கள் வெளியிலும் கசியத் தொடங்கி ஊர் வாய்க்கும் அவல் ஆனாள் ரஞ்சிதம். மனோகரி உண்டாவதற்குப் பல ஆண்டுகளுக்கு முன்பே பூதத்தான் தன்னை

முத்தமிடுவதை நிறுத்திவிட்டதாகவும், அவள் பிறந்த பிறகாகத் தொடுவதைக்கூட விட்டுவிட்டதாகவும் சொன்ன ரஞ்சிதம், பிற ஆண்களை மனதால்கூடத் தான் நினைப்பதில்லை என்றும், ஆனால் இப்படிப் பேச்சு வாங்கி அவமானத்தால் கூனிக்குறுகிப்போவதாகவும், ஒரு சண்டை நடந்த இரவில் தாங்க மாட்டாமல் மனோகரியிடம் சொல்லி அழுதாள்.

நினைவுகளில் படரும் இப்படியான சம்பவங்களால் பீரிட்டபடி அழுதுஅரற்றிக்கொண்டிருந்த மனோ கரியை ஆற்றுப்படுத்த யாராலும் முடியவில்லை. அன்னந்தண்ணி இல்லாமல் வீழ்ந்துகிடந்தவள் சுயநினைவு பெறுவதற்கு, அவள் வயதுக்குவர வேண்டியிருந்தது. ஆம், பதினேழாவது வயதில், அம்மாவைப் பறிகொடுத்த மறுநாள் இரவில் மனோகரி வயதுக்குவந்தாள். யாரிடமும் அதைச் சொல்லவில்லை. தான் வயதுக்கு வந்ததை மற்றவர்களிடமிருந்து மறைப்பதற்கு அவள் எடுத்துக்கொண்ட பிரயத்தனங் களெல்லாம் அவளுடைய மனக்கவலைகளிலிருந்து கொஞ்சமேனும் விட்டுவிலகியிருக்க வழிவகுத்தன. அன்றிரவு எல்லோரும் உறங்கிய பிறகு சமையலறைக்கு எழுந்துவந்தவள், மேற்கூரையில் கரியாக அப்பியிருந்த கறுப்புத் திட்டுகளை ஏறிட்டுப்பார்த்தாள். மீண்டும் துக்கம் படரத் தொடங்கியது. சமையக்கட்டில் ரஞ்சிதம் சமைத்துவைத்திருந்த மாங்காய்த் தாளிப்பில் கொஞ்சம்போல மிச்சம் இருந்தது. அது மனோகரிக்கு விருப்பமானது என்பதற்காக அடிக்கடி அதைச் செய்வாள். திறந்துபார்த்தாள். மேற்பகுதி முழுவதும் பூசணம் பூத்திருந்தது. பின்கட்டில் உட்கார்ந்து, மேலே அப்பியிருந்த கறுப்புத் திட்டுகளைப் பார்த்தபடி, அந்த

ஊசிப்போன மாங்காய்த் தாளிப்பை நிதானமாக உண்ணத் தொடங்கினாள் மனோகரி.

௬

மனோகரிக்குக் காமவுணர்வு எழும்போதெல்லாம் அவளுடைய அம்மாவின் நினைவும், அம்மாவின் நினைவு வரும்போதெல்லாம் காமவுணர்வும் எழுந்து வதைத்துக்கொண்டிருந்தன. இரண்டையும் துண்டிக்கப் போராடினாள். தன் உடைக்குள் புகுந்துபோகும் ஊதக்காற்றால் மார்புக்காம்புகள் விறைத்துநிற்கும் போது, ரஞ்சிதத்தை பூதத்தான் நடத்திய விதம், செல்லத்தாயி பேசிய பேச்சு, ரஞ்சிதம் தன்னிடம் பகிர்ந்துகொண்ட விஷயங்கள், ரஞ்சிதத்தின் கடைசி நாள் என ஒன்றன் பின் ஒன்றாக அணிவகுத்துவரத் தொடங்கிவிடும். உடனே, மனோகரியை ரஞ்சிதம் ஆட்கொண்டுவிடுவாள். அதைப் போலவே, அந்த வீட்டுக்குள் இருக்கும்போது ஏதோ ஒரு விஷயம் அவளுடைய அம்மாவை நினைவுக்குக் கொண்டு வந்துகொண்டிருப்பதாக இருந்தது. ரஞ்சிதம் அவள் வேலைக்குச் செல்லும் நாட்களில் அவசரமாகக் கிளம்ப வேண்டும் என்பதற்காக வாரத்தில் மூன்று நான்கு நாட்கள் ரசம் வைப்பது வாடிக்கை. ரசம் என்ற வார்த்தையே மனோகரிக்கு ரஞ்சிதத்தை நினைவூட்டுவதாக இருந்ததால் தன்னுடைய உணவுப் பட்டியலிலிருந்து அதை முற்றாகத் தவிர்த்துக் கொண்டாள். ரஞ்சிதத்தை ஞாபகமூட்டும் மீன் குழம்பு, வெண்டைக்காய்க் கிச்சடி, மாங்காய்த் தாளிப்பு என எதுவுமே தன் கண்ணில் படாதபடி பார்த்துக்கொள்ளப் பழகினாள். இன்னும் எவ்வளவோ இருந்தன: பச்சை நிறம், நீண்ட கை வைத்த ரவிக்கை, நகப்பூச்சு, கண்மை,

ஹேண்ட்பேக், முந்தானை, உள்ளாடைகள், சேலை, வாழை இலை, மணற்துகள், சூடு, அம்மா என்ற வார்த்தை, வசவுச்சொற்கள், தற்கொலை, தீ, காம உணர்வு.

பூதத்தானும் செல்லத்தாயியும் வளையவருவதும், ஊர் ஆட்கள் அவ்வப்போது தன் பார்வையில் பட்டுக் கொண்டிருப்பதும் என சகலத்தையும் வெறுத்தாள். இவையெல்லாம் மனோகரிக்கு ரஞ்சிதத்தின் நினைவைக் கொண்டுவருவதோடு கூடவே காமவுணர்வையும் கூட்டிக்கொண்டுவரும். அப்போது அவளால் மீளவே முடியாமல் மீண்டும் அம்மாவின் நினைவுகளுக்குள் மூழ்கிப்போய்விடுவாள். இப்படி ஒரு சுழலுக்குள் இவள் சிக்கிக்கொண்டிருந்தாள். மனோகரிக்கு ரஞ்சிதம் ஒரு தூய பிம்பம். அப்படித்தான் அவள் மனதில் நிறைந்திருக்கிறாள். அம்மா நடந்துவந்த வழியிலிருந்து வழுவுவதானது ஒரு மாபெரும் குற்ற காரியத்தில் இறங்குவது என்பதாகவே மனோகரியை எண்ண வைத்துக்கொண்டிருந்தது.

நாட்கள் இப்படி நகர்ந்துகொண்டிருக்கையில், வீட்டிலிருந்து வெளியேறிவிடுவதன் வழியாகத் தன்னை மீட்டுக்கொண்டுவிடலாம் என்றெண்ணி, புதிய நிலம் நோக்கிக் கிளம்ப ஆயத்தமானாள் மனோகரி. பணியிட மாற்றம் வாங்கிக்கொண்டு சென்னை வந்துவிட்டாள்.

தனிமைவாசம். இங்கே தன்னுடைய நினைவுகளுக்கு எப்போதுமே போக முடியாதபடியான அன்றாடத்தைக் கட்டமைத்துக்கொள்ள எத்தனித்தாள். அது அவ்வளவு சுலபமாக இல்லை. கிட்டத்தட்ட அது சாத்தியமே இல்லாமலிருந்தது. அவள் நினைத்ததற்கு மாறாக, இந்தத் தனிமைவாசம் அவளை இன்னும் வீரியத்தோடு

இம்சித்துக்கொண்டிருந்தது. எதிலிருந்து தப்பித்துக் கொள்ள நினைத்தாளோ அதற்குள் மீண்டும்மீண்டும் விழுந்துகொண்டிருந்தாள். தப்பிக்க நினைப்பது இறுதியில் சாவுக்கோ அல்லது பைத்தியநிலைக்கோ கொண்டுபோகும் என்பது உரைக்கத் தொடங்கிய அன்று தன்னுடைய உடலை மற்றவர்களுக்கு அனுபவிக்கத் தந்துவிடுவது என்று கங்கணம் கட்டிக்கொண்டாள். அது ஒரு நல்ல உபாயமாக அமையும் என்று நினைத்தாள். அதுவரை இவளை அடையத் துடிக்கும் வேட்கையுடன் மொய்க்கத் தொடங்கியிருந்தவர்களை, தன்னை நெருங்கவிடாமல் பார்த்துக்கொண்டிருந்தவள் இப்போது முற்றாகத் திறந்து கொள்ளத் துணிந்தாள்.

தனது பால்ய காலத்தைப் போலவே அலுவலகத்திலும் யாரோடும் அண்டாமல், யாரையும் நெருங்கவிடாத இறுக்கமான முகபாவனையில் வந்துபோனவள், மறு நாளன்று புதிய சுபாவத்தோடு அடியெடுத்துவைத்தாள். அதன் பிறகு, தன்னிடம் பேசவந்த முதல் ஆணுக்கு, தன்னிடம் பழக இடம் கொடுத்தாள். அவனிடம் பேசிக்கொண்டிருக்கையிலும் அவனை நினைத்துக் கொண்டிருக்கையிலும் ரஞ்சிதம் நினைவுக்கு வரத்தான் வந்தாள் எனினும் இதிலிருந்து தன்னை மீட்டெடுத்துத் தான் தீர வேண்டும் என்ற வைராக்கியம் இவள் மனதில் நிறைந்திருந்தது. உள்ளுக்குள் மூர்க்கமாக மோதிக்கொண்டிருந்தாள். அதை முகக்குறிப்பில் உணர்த்திவிடக் கூடாது என்பதற்கும் சிரத்தை எடுத்து வந்தாள்.

புதிய சகவாசத்தோடு அந்த வாரயிறுதி நாளன்று திரையரங்கம் செல்லும் அளவுக்கு இருவரும்

நெருக்கமானார்கள். திரையரங்க இருளுக்குள் இவளுடைய கை விரல்களைப் பிடித்து அவன் நீவிவிட்டுக்கொண்டிருந்தான். பிறகு, விரல்களை அள்ளி முத்தமிட்டான். இசையும் விதமாக இவள் தன் முகத்தைத் திருப்பி உதடுகளை அவன் பக்கம் நீட்டினாள். இவள் கண்கள் சொருகியிருந்தன. ஆவேசமாக இவளுடைய உதடுகளை சுவைக்கத் தொடங்கியவன், மூச்சு திணறுவதைப் போல சட்டென இவளிடமிருந்து விலகி அரங்கை விட்டு வெளியேறி விட்டான். இவளிடமிருந்து சகித்துக்கொள்ள முடியாத துர்வாடை எழுந்ததாக மறுநாள் தயங்கித் தயங்கிச் சொன்னான். அதன் பிறகு, இவளை அவன் பொருட் படுத்தவில்லை. முற்றாகத் தவிர்த்துவிட்டான். கடற்கரை இரவொன்றில் இன்னொருவன் இவளுடைய மார்பு களைத் தடவிக்கொண்டே முத்தமிடத் தொடங்கிய கொஞ்ச நேரத்தில் ஓங்கரிப்பதுபோல செய்தான். தனது அறைக்கு வந்த வேறொருவனும் அப்படியே நடந்துகொண்டான். மனோகரியிடம் ஆண்களைச் சேர விடாமல் இவளுடைய உடல் விரட்டிக்கொண்டிருந்தது. வாதை இவளை முன்னெப்போதை விடவும் அதிகமாகச் சூழந்து கொண்டது.

மனோகரி படும் பாட்டைக் கண்டு சகியாத காலன் இவளது உடலிலிருந்து தன்னை விடுவித்துக்கொள்ளவும் இவளுக்கு விடுதலை அளிக்கும் பொருட்டும் மனோகரிக்குள் தற்கொலை எண்ணங்களை விதைக்க ஆயத்தமானான்.

௬

மனோகரி முதன்முறையாக ஒரு ஆளுயரக் கண்ணாடி முன் அமர்ந்து தன்னை அலங்கரிக்கத்

தயாரானாள். யாரும் தீண்டிடாத கன்னிமையும் காமவுணர்வுக்குக் கொடுத்திருந்த கட்டுப்பாடும் இவளை மேலும்மேலும் வனப்புமிக்கதாக மாற்றி இருந்தன. தன்னுடைய அடர்த்தியான சிகையை இரண்டு பக்கமும் பரப்பிவிட்டுக்கொண்டு முதன்முறையாகத் தன்னை ரசித்துப்பார்த்தாள். அந்தி சாயத் தொடங்கியிருந்தது. கண்ணுக்கு அடர்த்தியாக மையிட்டுக்கொண்டாள். கறுப்பு நிற சிறிய ஸ்டிக்கர் பொட்டு வைத்துக்கொண்டாள். கறுப்புக் கம்மல், கறுப்பு வளையல், கறுப்புச் சேலை என முழுவதும் தன்னைக் கறுப்பால் நிறைத்துக் கொண்டவள் நகங்களுக்கு ரத்தச்சிவப்பில் நகப் பூச்சு இட்டுக்கொண்டாள். அவளுடைய உடலைச் சூழந்திருக்கும் கறுநிறத்துக்கிடையே எட்டிப்பார்க்கும் முகமும் இடுப்பும் கைகளும் கால் விரல்களும் தகதகத்துக்கொண்டிருந்தன. பார்த்தால் கருக்கிவிடக் கூடிய அழகு. முகத்தில் மட்டும் இறுக்கம்.

மஞ்சள் வெளிச்சத்தில் இவள் உருவம் அந்தக் கண்ணாடியில் கலங்கலாகத் தெரிந்தது. முகத்தில் பரவும் நடுக்கத்தையும் உணர்வுகளையும் பார்த்தாள். நெற்றியில் ஒரு சுருள் மயிர் விழுந்திருந்தது. சில நாழிகை அப்படியே பார்த்துக்கொண்டிருந்தவள் சட்டெனக் கட்டிலில் இருந்த தலையணையையும் போர்வையையும் எடுத்துத் தரையில் விரித்தாள். இருட்டுக்குக் கண் பழகி அறையிலுள்ளவை நீருக்கடியில் தெரிவதுபோல அலைந்தன. கண்ணாடிக்குள் தன் முழு ஆகிருதியும் தெளிவடைவதற்குள் ஆடைகளை ஒவ்வொன்றாகக் களைய ஆரம்பித்தாள் மனோகரி. மெழுகுவர்த்தி ஒற்றைக் கண்கொண்டு இவளை நோக்கி உருப்பெருத்தபடி கண்ணாடிக்குள் நெருங்கியது.

வெளிச்சம் இளகியிளகி அறையை நிரப்புவதற்குள் ஆடைகள் தரையில் ஒதுங்கின. கூட்டிலிருந்து விடுபட்ட நத்தையாகத் தன்னை உணர்ந்தாள். சதைகளைக் கடித்துக்கொண்டிருக்கும் இறுக்கம் தளர்ந்தது. பொத்தான்களைத் தொட்டதும் சோளி கழன்றது. மார்புக்குழி காற்றில் சில்லென வியர்வையை உலர்த்த, நெஞ்சில் அமர்ந்திருக்கும் பறவையை ஆசுவாசப் படுத்துவதுபோல முலைகளை மெல்ல நீவியெடுத்தாள். தீண்டலில் அந்நியத்தன்மை கூடிய உணர்வு. உடனே காம்புகள் விறைத்தன. மனோகரி அச்சிணுங்கலைப் பார்த்துப் புன்னகைத்தவாறு இடையில் இருந்த சுருக்கைப் பிரித்தாள். பின்பு கால் கட்டைவிரலால் ஆடைகளை ஒதுக்கி ஒரு கால் மட்டும் — குறியைப் பாதம் தொடும்படி — மடக்கி அமர்ந்தாள். யோனியை மூடியிருந்த மயிர்களை நீக்கி, கதுப்பை விரல்கள் தீண்டின. சட்டென உடல் சில்லிட்டது. நடுக்கம் உடலை உலுப்பியபடி வெளியேறியதும் மயிற்பீலி போன்றிருந்த அவ்விழையை நிமிண்டிக்கொண்டே கண்ணாடிக்குள் தெரிந்த உருவத்தை உற்றுநோக்கினாள். அது மனோகரி அல்ல, வேறொருத்தி. ஆனால், பரிட்சயமானவள். வெகுநாட்களாகத் தன்னுடன் இருந்தவள். மடந்தைப் பருவத்தினள். உடல் அப்போதுதான் மலர்ந்த பூவின் வனப்பு. கூம்பிய அல்லி போன்ற முலை நுனிகளின் மேல் இரு கரிய வண்டுகள். ஒரு காலை நீட்டி மறுகாலை விரித்து, காற்றில் இருக்கும் ஒருவனுக்காகக் காத்திருக்கிறாள். அவன் உதடுகளைக் குவித்து, வியர்வை ஊறிய இடங்களையெல்லாம் உலர்த்திவிடுகிறான். மனோகரி யைப் பார்த்து அவள் புன்னகைக்கிறாள். இருவரும் பரஸ்பரம் புன்னகைக்கிறார்கள். ஒரு கையைத் தலைக்குப் பின்னால் வைத்து சுவரோடு சாய்கிறாள்.

ஒரு முலை மேலேறுகிறது. அக்குள் குழியில் சுருண்ட ரோமங்களை அவன் முத்தமிட வருகிறான். அவ்விடம் முழுக்க அப்பெண்ணின் வியர்வை வாசம் குமைந்து கிறக்கமூட்டுகிறது. கண்ணாடிக்குள் இருந்தவள் இவளைப் பார்த்தவாறே தன்னுடைய கால்களை விரித்துக்கொள்கிறாள். மயிற்பீலி மூடிய அல்குல் சட்டெனக் குளிர்ந்துவிடுகிறது. மனோகரியும் பதிலுக்குத் தனது மயிற்பீலியை விரல்களால் வருடுகிறாள். அது நழுவிநழுவிச் சரிகிறது. இரு விரல்களால் அதைக் கவ்வுவதைக் கண்ணாடிக்குள் மனோகரி பார்க்கிறாள். அதன் நுண்முகம் தென்படுகிறது. பிறகு, சட்டெனப் பாறைக்குள் மறைந்துவிடும் மீனுடல்போல மயிற் பீலிக்குள் அல்குல் ஒளிந்துகொள்கிறது. இருவரும் புன்னகைக்கிறார்கள். கால்களை இன்னும் தளர்த்தி விட்டு விரல்களுக்கிடையில் மீனைப் பிடிக்கிறாள். விரலும் மீனும் நழுவி நழுவி அலைகின்றன. அறைக்குள் மேலெழும்பிவருகிறது துர்மணம். அப்போது, கண்ணாடிக்குள் இருப்பவள் தலைக்குப் பின்னால் வைத்திருந்த கையை நீட்டி அறைக்கதவைத் திறந்து வைக்கிறாள்.

காமமும் கலையும் புனிதமும் பாவமும் மரணமும் ஒன்றோடொன்று மோதிக் களைத்து ஓய்ந்துபோயிருந்த ஏகாந்தமான அவ்விரவின் நிசப்த வெளியில் ரஞ்சிதம் நிதானமாக, ரகசியமாக, தன் மகள் முன் தன்னை மலர்த்துகிறாள். முதலில் தனக்காக. பிறகு, ரசிப்பதற்கோ வியப்பதற்கோ பரிதாபப்படுவதற்கோ திறக்காத, எந்த நோக்கமுமற்ற, யாருக்காகவுமில்லாத, தன்னைப் பார்த்துக்கொண்டிருக்கும் கண்களையும் தன்னுடைய நிர்வாணத்தின் ஒரு பகுதியாகவே இணைத்துக்கொள்ளும், எனவே பார்ப்பதும்

பார்க்கப்படுவதுமாகத் தன்னை இரண்டாகப் பிரித்துத் தனக்கு வெளியே நிறுத்திவைக்கும் அழகியல் பிரக்ஞையும் அற்றுப்போன ஒரு வெறும் வெளிப்படலாக. நிலவின் ஒளியைப் போல அல்லது ஒரு குளிர்ந்த இரவில் கணப்பின் அணுக்கத்தைப் போல அதுவுமல்லது பிரகிருதியின் இருப்பில் அதுவோர் அம்சம். நீ என் பிரதிபலிப்பு மட்டுமே என்கிறாள் ரஞ்சிதம். மனோகரியும் அதை ஆமோதிக்கவே விரும்புகிறாள். மல்லாந்த நிலையில் ரஞ்சிதத்தைத் திரும்பக் கையிலெடுத்துக்கொள்கிறாள். மனோகரி பலமுறை தன் முழுவுடலைக் கண்ணாடியில் பார்க்கிறாள். பல்லிடுக்கிலிருந்து அமிலத்தின் மரத்துகள் சுவை உள்நாவிற்குள் கசிந்துகொண்டிருக்க இவள் ரஞ்சிதத்தைத் தன் மேல் படர்த்தி மிதமாக அணைத்துக்கொள்கிறாள். ரஞ்சிதம் விம்முவதை உணர முடிகிறது. அவள் உடல் மெதுவாகக் குலுங்கு கிறது. மனோகரியினுடைய முலைகளின் மேல் கண்ணீரின் வெம்மை பரவுகிறது. ரஞ்சிதம் தான் வாழ விரும்புவதாகத் தெரிவிக்கிறாள். மனோகரி அவள் முகத்தை நிமிர்த்தி முத்தமிட்டு அவள் வாழ வேண்டுமென்றே தானும் விரும்புவதாகப் பதில் சொல்கிறாள். மனோகரி பிறப்பதைப் பயந்தவள்தான் ரஞ்சிதம். மனோகரியே அவள் மரணமென்றாயிற்று. மனோகரிக்கும் அப்படித்தான். அவள் அம்மாவின் சிறைக்குள் சிக்குண்டிருந்தாள். மனோகரிக்குள் சிக்குண்டிருந்த அவளுடைய மரணமாகிய காலன், இப்போது மனோகரியைத் தீண்டுகிறான். மனோகரி தன் மர்மத்தில் அதன் பிசுபிசுப்பை உணர்கிறாள். மனோகரி அதைத் தன் விரல்களால் தைரியமாகத் தீண்டுகிறாள், தடவுகிறாள், கண்களை மூடி மூச்சை ஆழ்ந்து உள்ளிழுத்து முகர்ந்துபார்க்கிறாள், நா நுனியால்

பழைய குருடி

தொட்டுச் சுவைக்கிறாள். மீண்டும் ரஞ்சிதத்தின் முகத்தைக் கண்ணெதிரே நிமிர்த்திப்பார்த்துப் புளகாங்கிதத்துடன் லேசாகச் சிரித்து மீண்டும் அணைத்து முத்தமிடுகிறாள். மரணம் வேறன்று. ரஞ்சிதம்தான் மரணம். இப்போது ரஞ்சிதத்தின் உடல் மனோகரியின் அணைப்பைத் தகர்த்துவிடும்போல பலமாகக் குலுங்க ஆரம்பித்திருக்கிறது. மனோகரி அதை ஆதுரத்துடன் தோளிலிருந்து புட்டம்வரை நீளத் தடவுகிறாள். ரஞ்சிதத்தை இன்னும் இறுக அணைத்துக்கொள்கிறாள். அவளுடைய உடலெங்கும் தன் உதடுகளைப் பதித்தெடுக்கிறாள். அவளைக் கீழே கிடத்திச் சுமை அழுத்தாவண்ணம் மென்மையாகத் தன்னைக் குப்புற மேலேற்றிக்கொள்கிறாள். இடுப்பின் கீழே அசைகிறாள். ரஞ்சிதம் சிலிர்ப்புடன் முனகுகிறாள். ரஞ்சிதத்தின் வாயைத் தன் வாயால் பொத்தி மனோகரி தன் முனகலையும் தடுத்துக்கொள்கிறாள். வசந்த ருது உடல் மேல் வியர்வையாகப் பொழிய அவசரப்படாமல் காத்திருக்கிறது இரவு.

நெடுநேர முயக்கத்திற்குப் பிறகே மனோகரிக்கு வெளிக்காற்றின் ஸ்பரிசம் தன் உடலை வருடிக் கொண்டிருக்கும் உணர்வு திடீரெனப் பிரக்ஞையில் உறைக்கிறது. சிறிய பரவசத்தின் மேவலில் மங்கியிருந்த பார்வையை ரஞ்சிதத்திலிருந்து அறைவாசலை நோக்கித் திருப்புகிறாள். ரஞ்சிதம் திறந்துவைத்த அறைக்கதவைப் பார்க்கிறாள். மனோகரி சில நிமிடங்கள் இருந்த இடத்திலிருந்தே, செங்குத்துக் கோடாகப் பிளந்திருந்த மெல்லிய இடைவெளியின் வழியாகத் தெரிந்தும் மறைந்தும் ஊசலாடிக்கொண்டிருந்த நிசியை உற்றுப்பார்த்துக் கொண்டிருக்கிறாள். பிறகு முழு அம்மணமாகவே எழுந்துசென்று கதவை அடைகிறாள்.

தாழில் கை வைத்தவள் அதை இழுப்பதற்கு முன் பிளவைப் பெரிதாக்காமல் ஒரு கண்ணை அதில் பதித்து வெளியே பார்க்கிறாள். இவள் முகத்தில் புன்னகையொன்று இறலிடுகிறது: காலன் விடை பெற்றுக்கொண்டான். கதவைச் சார்த்தி உள்பக்கம் தாழிட்டுவிட்டு மீண்டும் படுக்கைக்கு வந்து திரும்ப ரஞ்சிதத்தின் ஸ்தனங்கள் நடுவே அழுத்திக் கட்டிக் கொள்கிறாள்.

ஓ ஜ

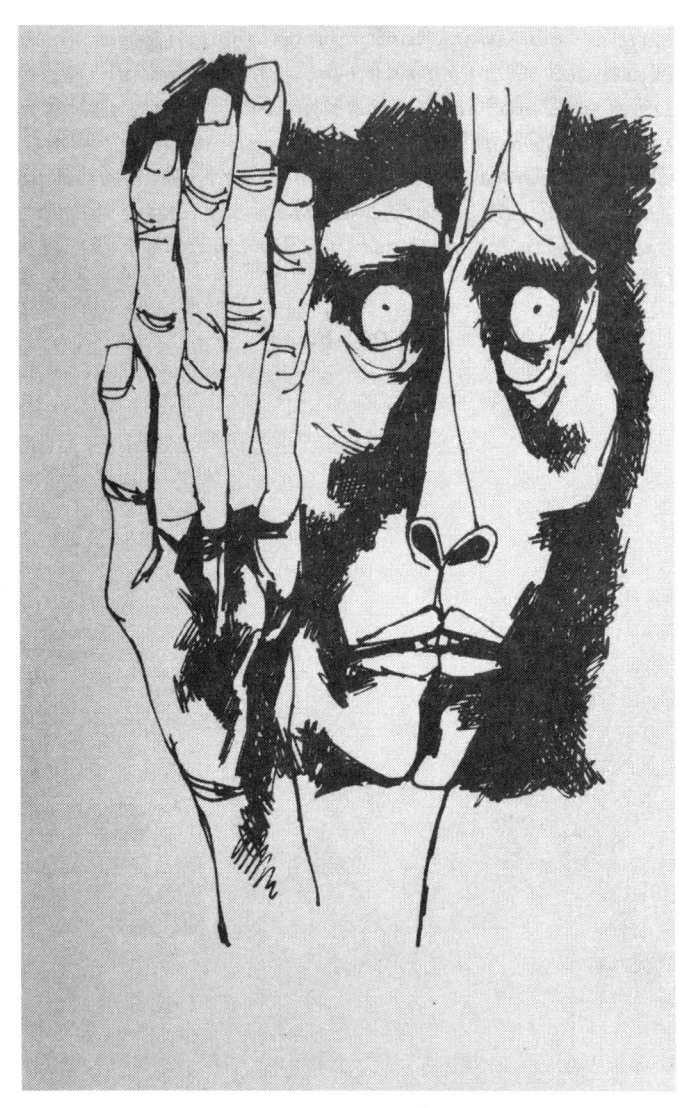

அறிவுஜீவியின் பொய்

Historia, –ae, f. 1. inquiry, investigation, learning.

2. a) a narrative of past events, history. b) any kind of narrative: account, tale, story.

பேராசிரியர் பலராமன் திரும்பத்திரும்பச் சொல்லும் கதைகளில், 1933 மே மாதத்தில் காந்தி இருந்த உண்ணாவிரதம் தொடர்பான கதையைக் கேட்கும்போது மட்டும் அவரது மனைவி ரஞ்சிதம் உணர்ச்சிவசப்பட்டபடி அவளது தனி உலகத்துக்குள் தொலைந்துபோய்விடுவாள். தன்னை ஒரு காந்திய ராகவும், காந்தியை விமர்சிப்பது தன்னுடைய நடு நிலைமையின் வெளிப்பாடு என்றும் பிரகடனப்படுத்திக் கொள்ளும் பலராமன், கணிதத் துறைத் தலைவராக இருந்து ஓய்வுபெற்றவர். ஆனால், அவருக்கு வரலாறு மீதான ஆர்வத்தை வெளிக்காட்டிக்கொள்வதிலேயே அக்கறை இருந்ததால் வகுப்பறையிலும் வெளியிலும் வீட்டுக்குள்ளும் வரலாற்றைப் பேசுவதில்தான் குறியாக இருந்துவந்தார். தகவல்களையும் புள்ளிவிவரங்களையும் கோத்துக் கோத்துப் பேசும் அதே வேளையில்

புத்தகத்தில் தான் வாசித்த வாக்கியங்களையும் வசனங்களையும் அச்சரம் பிசகாமல் சொல்லும் ஆற்றலும் அவருக்கு இருந்தது. இதற்கு நேர்மாறாக, எத்தனை முறை ஒரே விஷயத்தைச் சொன்னாலும் அதன் சாரத்தையோ, தன்னைக் கவரும் ஒருசில நிகழ்வு களையோ தவிர வேறெதுவும் ரஞ்சிதத்துக்கு ஏறாது. வீட்டை நிர்வகித்துக்கொண்டிருந்த ரஞ்சிதத்தின் பொதுஅறிவில் நூறு சதவீதம் தன்னுடையதே நிறைந்து இருக்கிறது — வரலாற்றை அவள் பலராமன் வழி மட்டுமே தெரிந்துவைத்திருப்பதிலுள்ள அபாயத்தை உணர்வதற்கு அவள் மிகப் பெரும் விலையைக் கொடுக்க வேண்டியிருந்தது — என்பதில் பலராமனுக்கு அளவுகடந்த பெருமிதம். ஒரு சாதாரண டீக்கடைப் பஞ்சாயத்தானாலும் சரி, தலைபோகும் நாட்டு நடப்பு விவகாரமானாலும் சரி, முழு ஈடுபாட்டோடு ஒரு நடிகனைப் போல வெளிப்படுத்திக்கொள்ளும் வழக்கத்தால், பலராமன் சொல்லும் கதைகளை ரஞ்சிதம் மீண்டும்மீண்டும் கேட்க நேரும்போதும் அவள் மௌனமாக இருந்துவிடுவதோடு, முதல் தடவை கேட்பதுபோன்ற பாவனைகளையும் — அவரும் ஒவ்வொரு முறையும் முதல் தடவை சொல்வதுபோன்ற குதூகலத்தையே வெளிப்படுத்துவது வழக்கம் — வைத்துக்கொள்வாள். அதனால்தானோ என்னவோ, பலராமனின் கண்களைப் பொருத்திக்கொண்டு உலகத்தைப் பார்த்துப் பழகிய ரஞ்சிதம் தன்னுடைய கணவனிடமிருந்து அறிந்துகொண்ட எந்தவொரு விஷயத்தை விவரிக்கும்போதும் அவள் அப்படியே பலராமனைப் பிரதிபலிப்பாள். பலராமனுடைய வார்த்தைகளை, பலராமனுடைய அபிப்ராயங்களை அப்படியே பிரதி எடுக்கும்போது யாரேனும் குறுக்குக்கேள்வி கேட்டுவிட்டால் பதில் சொல்ல

முடியாமல் திணறிப்போவாள். எல்லாவற்றையும் அவளுடைய சிந்தனையில் குறுக்கும்நெடுக்குமாக ஓடவிட்டு அவளாகவே அபிப்ராயங்களை உருவாக்கிக் கொள்வதற்கு மாறாக பலராமனை முழுமையாக நம்பியதுதான் காரணம். காந்தியின் உண்ணாவிரதக் கதையும்கூட அப்படித்தான். ஆனால், மற்ற கதைகளைப் போலல்லாமல் இந்தக் கதை மிகப் பெரும் உணர்வுக்குவியலாக அவளுடைய இருதயத்தை அழுத்திக்கொண்டிருந்ததற்குக் காரணம், ஒவ்வொரு முறை இந்தக் கதையைக் கேட்கையிலும் அவளுடைய உயிருக்கு உயிரானதும், அவளுக்கு அம்மா ஸ்தானத்தைக் கொடுத்ததோடு தனது எல்லா சுகதுக்கங்களையும் பகிர்ந்துகொள்ளக்கூடிய ஆத்மாவாகவும் இருந்துவந்த அக்காவின் மகன் சின்னதுரை, நினைவுக்கு வந்து விடுவான் என்பதுதான். கதையைச் சொல்லத் தொடங்கி சின்னதுரையின் நினைவு மேலெழும்பி வந்ததும் உடனே அவள் முகம் இறுக்கமாகிவிடும். கண்கள் நிலை குத்திவிடும். பலராமனின் சொற்கள் ஒவ்வொன்றும் நேரே இருதயத்தைச் சென்று சேரும்படி செவிகள் கூர்மையடைந்துவிடும். பேராசிரியருக்கே உரிய லாகவத்துடனும், நடிகனுக்கே உரிய பாவனையுடனும் தொனி மாறாமல் திரும்பத்திரும்ப பலராமன் சொல்லும் கதைகளுள் ரஞ்சிதத்தை உலுக்கும் அந்தக் கதை இதுதான்:

அது இந்திய வரலாற்றில் மிக முக்கியமான நாள், ரஞ்சிதம். 1933 மே 8 அன்று, கால்கடுக்கப் பல மணிநேரங்கள் காத்திருந்த பிறகு அந்த இளைஞன் — அவனுக்குப் பெயர் ஏதும் சூட்டாமல்தான் இந்தக் கதையை பலராமன் சொல்வார் எனினும், அந்த இளைஞனுக்கு சின்னதுரை என்ற பெயரையும் சின்னதுரையின் உருவத்தையும் கற்பனை

செய்துகொள்வாள் ரஞ்சிதம் — காந்தியைச் சந்திக்கிறான். எரவாடா சிறையில் உண்ணாவிரதம் இருந்துகொண்டிருந்தார் காந்தி. அவருடைய உண்ணா விரதங்களில் மிகவும் முக்கியத்துவம் வாய்ந்தது அது. தீண்டப்படாதவர்களுக்கான தனித்தொகுதி என்ற கோரிக்கை தொடர்பான உண்ணாவிரதம். தீண்டப் படாதவர்களிடமிருந்து உருவான முதல் மாபெரும் தலைவரான அம்பேத்கர்தான் இந்தக் கோரிக்கைக்குத் தலைமையேற்றிருந்தார். இந்த உண்ணாவிரதத்தில் ஒருவேளை காந்தி இறந்துவிட்டார் என்றால் என்ன வாகியிருக்கும்? இந்தியாவில் ஒடுக்கப்பட்ட மக்கள் எல்லோரும் மிகக் கடுமையான பாதிப்புகளை எதிர் கொள்ள வேண்டியிருந்திருக்கும். அந்த அச்சம் அம்பேத்கரிடம் இருந்தது. அப்படிப்பட்ட அச்சத்தை உருவாக்கிய காந்தியைச் சந்திக்கவே, தீண்டப்படாத சமூகத்தைச் சேர்ந்த அந்த இளைஞன் வந்திருக்கிறான் என்பதை நினைவில்கொள்ள வேண்டும். அவன் தன்னுடைய கல்வி ஊக்கத்தொகைக்காக உதவி வேண்டி காந்தியைப் பார்க்கவந்திருக்கிறான். அவனுக்கு எப்படியேனும் அவரிடமிருந்து உத்தரவாதம் பெற்றுவிட வேண்டும். அவ்வளவுதான். காந்தியைப் பார்க்கச் செல்கிறோம் என்பதற்காக ஒரு ஜோடி செருப்பு புதிதாக வாங்க ஆசைப்பட்ட அந்த இளைஞனுக்கு, அதற்குக்கூட மிகவும் சிரமப்பட்டுப் பணத்தைப் புரட்ட வேண்டிய வாழ்க்கைச் சூழலே இருந்தது.

காந்தியைச் சந்தித்துப் பேசும்போது தன்னையும் அறியாமல் உடைந்து அழுகிறான் அந்த இளைஞன். அவனுக்கு காந்தி இறந்துவிடப்போகிறார் என்ற அச்சம். சாகும்வரை உண்ணாவிரதம் இருக்கப்போவதாக அல்லவா அவர் சொல்லியிருக்கிறார். அப்படிச்

சொல்லித்தானே அவர் அம்பேத்கரை மிரட்டுகிறார். அப்படிச் சொல்லித்தானே அவர் அம்பேத்கரைப் பின்வாங்கவைக்கிறார். அது அவனுக்குப் புரியாமல் அப்பாவிபோல காந்தியைப் பார்க்கச்செல்கிறான். அவர் இறந்துவிடப்போகிறாரே என்று அச்சப்படுகிறான். அப்போது காந்தி சொல்கிறார்: "நான் உத்தரவாதம் கொடுக்கிறேன். நான் சாகப்போவதில்லை. வா, நாம் ஓர் ஒப்பந்தம் போட்டுக்கொள்வோம். மே 29, திங்கட் கிழமை மதியம், நீ ஆரஞ்சுப் பழங்களோடு வா. நான் அதன் சாறைக் குடித்து என் உண்ணாவிரதத்தை முடித்துக்கொள்கிறேன். பிறகு, நாம் உன் கல்வி ஊக்கத்தொகை குறித்துப் பேசுவோம். உனக்குத் திருப்தி தானே?" இளைஞனுக்கு சந்தோஷம். அவன் அதற்கு ஒப்புக்கொள்கிறான்.

தீண்டப்படாதவர்களை முன்வைத்து மேற்கொள்ளப் பட்ட வரலாற்று முக்கியத்துவம் வாய்ந்த ஒரு உண்ணா விரதத்தை, தீண்டப்படாத சமூகத்தைச் சேர்ந்த இளைஞன் ஒருவன் முடித்துவைப்பது எப்பேற்பட்ட தருணம், ரஞ்சிதம். காந்தி உண்ணாவிரதத்தை முடிப்பது என்பது அம்பேத்கரின் தோல்வியைக் குறிப்பது. யாருடைய நலனுக்காக அம்பேத்கர் போராடுகிறாரோ அதற்கு எதிராக நிற்கும் நபருக்குத் துணைநிற்க நினைக்கிறான் அந்த இளைஞன். ஒடுக்கப்பட்ட மக்கள் மீது காந்தி கோரும் உரிமையை ஏற்றுக் கொள்ளும் நபராகவும் அங்கீகரிக்கும் நபராகவும் காந்தியின் ஆயுதத்துக்குக் கருவியாகவும் அந்தத் தீண்டப்படாத இளைஞன் மாறுகிறான். ஆனால், குறித்த நாளன்று, அந்த இளைஞன் காந்தியைப் பார்க்க வரவில்லை — இதைச் சொல்லும்போது ரஞ்சிதம் அவளுடைய நிலைகுத்திய கண்களோடு

பலராமனை ஏறிட்டுப்பார்ப்பாள். அந்த இளைஞன் எங்கிருந்து வருகிறான், அவனுடைய பின்னணி என்ன போன்ற எந்தத் தகவல்களும் யாருக்கும் தெரியவில்லை. அதனால், ஆரஞ்சுப் பழச்சாற்றை காந்திக்குக் கொடுக்கும் பணியை லேடி தக்கர்சே ஏற்றுக்கொள்கிறார் — ஒவ்வொரு முறை இந்த வாக்கியத்தை நிறைவுசெய்யும்போதும் அதற்கு ஒரு அழுத்தம் கொடுக்கும் விதமாக பலராமன் ஒரு நீண்ட பெருமூச்சு விடுவார்.

இதோடு அந்தக் கதை முடிந்திருந்தால் வரலாற்றில் அந்த இளைஞனுக்கு முக்கியத்துவம் இருந்திருக்காது. அவன் சிறைக்கு வந்திருந்ததாகவும், தன்னை உள்ளே அனுமதிக்கவில்லை என்றும் பத்திரிகைகளில் சொல்கிறான். மஹாதேவ் தேசாய் இருக்கிறானே, அவன் இந்தக் குற்றச்சாட்டை மறுத்துப் பேசுகிறான். "மே 29, மதியப் பொழுதில் காந்தியைப் பார்க்கவருவதற்கு ஒதுக்கப்பட்டிருந்த நேரத்தில் அந்த ஹரிஜன் இளைஞன்தான் தவறிவிட்டான்" என்கிறான் தேசாய். ஹரிஜனாம் ஹரிஜன் — இதற்குப் பிறகு ஒரு நாடகீயமான பாவனைக்கு பலராமன் நகர்ந்துவிடுவார். அந்த இளைஞன் வந்திருந்ததாகப் பத்திரிகைகளில் வந்திருக்கும் செய்தி உண்மையல்ல என்றெல்லாம் தேசாய் எழுதுகிறான். ரஞ்சிதம் நீ சொல், அவன் எதற்காகப் பொய் சொல்ல வேண்டும்? அந்த இளைஞன் தன்னை உள்ளே வர அனுமதிக்கவில்லை என்று ஜூன் முதல் தேதியன்று தேசாய்க்குக் கடிதம் எழுதுகிறானாம். தபால்தலை ஒட்டவில்லை என்று வேறு தேசாய் சொல்கிறான். அந்தப் பையன் அதற்குக்கூடவா வக்கற்றுப்போய்விட்டான். எவ்வளவு வக்கிரம் இருந்தால் தேசாய் இப்படிச் சொல்லியிருக்க முடியும்

— இதற்கு மேல் பேச முடியாமல், நா தழுதழுக்கும் பலராமன், “பொய் சொன்னது தேசாய்தான். பொய்யால் வரலாற்றையே மாற்றி எழுதிவிட்டான்” என்று சொல்லிவிட்டு அங்கிருந்து சட்டென நகர்ந்து ரஞ்சிதத்தின் பார்வைக்கு அப்பால் சென்றுவிடுவார்.

௬

‘குறித்த நாளன்று, அந்த இளைஞன் காந்தியைப் பார்க்க வரவில்லை’ என்பதைக் கேட்டதும் ரஞ்சிதம் அவளுடைய நிலைகுத்திய கண்களோடு ஏறிட்டுப் பார்ப்பதற்குக் காரணம், அவன் அன்று ஏன் வரவில்லை என்பதாக இந்தக் கதையை முதன்முறையாக விவரிக்கையில் பலராமன் சொன்ன விஷயம்தான். உண்மையில் அதுவே அவளுக்கு சின்னதுரையை நினைவூட்டியதற்கும் காரணம். ஆனால், பலராமன் அடுத்த நாள் கல்லூரியிலிருந்து திரும்பிவரும்போது, “தேசாய் பொய் சொல்லிவிட்டான்... தேசாய் பொய் சொல்லிவிட்டான்...” என்றபடியே வீட்டுக்குள் நுழைந்தார். அந்த நாளிலிருந்து பலராமனின் விவரிப்பில் விடுபட்டுப்போன அந்தப் பகுதி இதுதான்:

குறித்த நாளன்று, அந்த இளைஞன் காந்தியைப் பார்க்க வரவில்லை. அந்த இளைஞன் எங்கிருந்து வருகிறான், அவனுடைய பின்னணி என்ன போன்ற எந்தத் தகவல்களும் யாருக்கும் தெரியவில்லை. அதனால், ஆரஞ்சுப் பழச்சாற்றை காந்திக்குக் கொடுக்கும் பணியை லேடி தக்கர்சே ஏற்றுக்கொள்கிறார். இதோடு அந்தக் கதை முடிந்திருந்தால் வரலாற்றில் அந்த இளைஞனுக்கு எந்த முக்கியத்துவமும் இருந்திருக்காது. அவன் சிறைக்கு வந்திருந்ததாகவும், தன்னை உள்ளே அனுமதிக்கவில்லை என்றும் பத்திரிகைகளில் சொல்கிறான். தேசாய்க்கும்

தன்னை அனுமதிக்கவில்லை என்று ஒரு கடிதம் எழுதுகிறான். "காலதாமதம் ஆகியிருந்தாலும் பரவாயில்லை, உடனடியாக ஆரஞ்சுப் பழத்தோடு வா" என்று பதில் எழுதுகிறார் தேசாய். அவரைச் சந்திக்கும் அந்த இளைஞன், கல்லூரி விடுமுறை என்பதால் ஓரிடத்தில் வேலைபார்த்துக்கொண்டு இருந்ததாகவும், அதனால்தான் மே 29 அன்று வர முடியாமல்போய்விட்டது என்றும், அதனால் தாமதமாக மாலையில் வந்திருந்ததாகவும், அப்போது அவன் அனுமதிக்கப்படவில்லை என்றும் சொல்கிறான். உண்மையான காரணத்தை அதற்கு அடுத்த நாள்தான் அவன் சொல்கிறான் ரஞ்சிதம். அதுதான் தீண்டாமை. இது குறித்து உனக்கு நான் விளக்க வேண்டியதில்லை. என்னைவிட உனக்கு இதன் வலி என்னவென்று தெரியும். உண்ணாவிரதத்தின்போது அந்த இளைஞன் அவ்வப்போது அங்கே வந்துசென்றிருக்கிறான். ஒவ்வொரு நாளும் என்ன நடக்கிறது என்பதை ஆவலோடு கவனித்துவந்திருக்கிறான். அதனால், கடைசி நாளன்று தைரியத்தை இழந்துவிட்டான். தன்னைப் போன்ற ஒருவனை அங்கே அனுமதிப்பார்களா என்ற அச்சம் அவனுக்கு. அவன் காந்தியைப் பார்த்துப் பேசியது அவனோடு இருந்தவர்களைப் பொறாமைப்பட வைத்து, அவனிடம் இருப்பதையும் பறிகொடுக்க வேண்டியிருக்கலாம் என்றும் அவனுக்கு அச்சம் ஏற்பட்டிருக்கிறது. அச்சங்கள் ஒன்றோடொன்று சேர்ந்து, விசித்திரமாக என்னென்னவோ நினைத்து அங்கே அன்று செல்லவிடாமல் தடுத்துவிட்டது. எல்லாவற்றையும் அவன் சுமந்துகொண்டிருக்கும் தீண்டாமையோடு இணைத்துப்பார்க்க வேண்டும் ரஞ்சிதம். அவன் தயக்கம் ஏதுமில்லாமல் பல முறை சிறைக்கு வந்திருக்கிறான். தான் ஒரு தீண்டப்படாத

சமூகத்தைச் சேர்ந்தவன் என்று அனுமதி கேட்கும் இடத்தில் சொல்லியிருக்கவும் செய்கிறான். ஆனால், கடைசி நாளன்று தைரியத்தை இழந்துவிட்டான். ரஞ்சிதம், காந்திக்கும் அம்பேத்கருக்கும் இடையேயான மோதலில் இது முக்கியமானது. இருவரின் பாதையும் என்ன என்பதைத் தீர்மானிக்கும் போராட்டமாக இது இருந்தது. இப்போது இருக்கும் தலித் இயக்கத்தின் தோற்றத்தைக் குறிக்கும் நபராகவே அந்த இளைஞன் இருக்கிறான். ஒருவேளை அன்று அந்த இளைஞன் வந்திருந்தால் வரலாற்றின் போக்கே மாறியிருக்கக்கூடும்.

இதைச் சொல்லிமுடிக்கவும், 'அப்படியென்றால், சின்னதுரை இறந்துபோயிருக்க மாட்டானா?' என்று தனக்குள்ளே கேட்டுக்கொள்வாள் ரஞ்சிதம்.

௬

ஒவ்வொரு முறையும், "பொய் சொன்னது தேசாய்தான். பொய்யால் வரலாற்றையே மாற்றி எழுதிவிட்டான்" என்று பலராமன் சொல்லிவிட்டுக் கிளம்பியதும் சின்ன துரையை ரஞ்சிதம் நினைத்துப்பார்ப்பாள்:

சின்னதுரையின் அம்மா அன்னவடிவு காதலித்து மணம் முடித்துக்கொண்டது, பிராமண அடையாளத்தைத் துறந்த நாராயணன் என்ற முற்போக்காளரை. தன்னை ஒரு கம்யூனிஸ்ட் என்று சொல்லிக்கொள்வதில் நாராயணனுக்கு அளவுகடந்த பெருமிதம் இருந்தது. நாராயணனின் குடும்பத்தைப் போல அன்னவடிவின் வீடு இந்த மணவுறவை நிராகரிக்கவில்லை என்றாலும், அதையொட்டி அவர்கள் எதிர்கொண்ட அவமானங்களால் இருவரும் தனியே குடித்தனம் நடத்தும்படி ஆயிற்று. ரஞ்சிதமும் வேறு சாதியைச்

சேர்ந்தவரைக் காதலித்து மணம் முடித்துக்கொண்டவள் என்பதால் அவளுக்கு வாய்த்ததும் அக்காவின் கதிதான். இரண்டு குடும்பங்களும் அருகருகே வசிக்க முடிந்தது மட்டுமே இந்தப் புறக்கணிப்பால் கிடைத்த அனுகூலம்.

கல்யாணம் முடிந்த முதல் மாதத்திலேயே கருத்தரித்தாள் அன்னவடிவு. அவளுடைய வயிற்றைப் பார்த்துவிட்டு இரட்டைக் குழந்தைகளைச் சுமக்கிறாள் என்று ஊர்க் கிழவிகள் சொன்ன இரவன்று அன்னவடிவு கண்ட கனவை மறுநாள் நாராயணனிடம் விவரித்தாள். ஒரு பிள்ளை நெய்யை மட்டுமே உண்டு வளர்ந்தவனைப் போல் கொழுகொழுப்புடனும், இன்னொரு பிள்ளை நோஞ்சானாகவும் பிறக்க, நோஞ்சான் பிள்ளையின் மார்புக்கூடு துருத்திக்கொண்டிருப்பதைப் பார்த்து விட்டுப் பிச்சைக்காரர்கள் பெருங்கூட்டமாக வீட்டுக்குள் நுழைந்து தன்னிடமிருந்து அவனை வலுக் கட்டாயமாகப் பிடுங்கிப்போனதாகச் சொன்னாள். இதுபோன்ற விஷயங்களில் நம்பிக்கை கொண்டிராத நாராயணன் இவளுடைய பேச்சைப் பெரிதாக அலட்டிக்கொள்ளவில்லை. அன்னவடிவுக்கோ அந்தக் கனவு நாள் தவறாமல் வந்து வதைத்துக்கொண்டிருந்தது. இது இரண்டு பிள்ளைகளையும் ஒன்றுபோல வளர்க்க வேண்டும் என்கிற வைராக்கியத்தை அவளிடம் விதைத்தது. உண்டாகியிருக்கும்போது ஆத்மார்த்தமாக ஒரே விஷயத்தைத் திரும்பத்திரும்ப நினைத்துக் கொண்டிருந்தால் அது நடந்தே தீரும் என்ற நம்பிக்கையைக் கெட்டியாகப் பிடித்துக்கொண்டாள்.

அவள் நினைத்ததைப் போலவே இரண்டும் ஆண் பிள்ளைகளாகப் பிறந்தன. ஆனால், அப்பாவைப் போல் சந்தன நிறத்தில் உலகநாதனும், அம்மாவைப்

போல் கருவண்ணத்தில் சின்னதுரையும் பிறந்தார்கள். இருந்தாலும், அன்னவடிவுக்கு வைராக்கியத்தில் குறைவில்லை. இருவருக்கும் ஒரே நேரத்திலேயே பால் கொடுப்பாள். சுவற்றுக்கு முகத்தைக் காட்டி மாராப்பு இரண்டையும் விட்டேத்தியாகத் திறந்துவிட்டு அவள் பாலூட்டும் காட்சியைப் பார்த்துவிட்டு, "பன்னிக்குட்டி பால் குடிப்பதுபோல் இருக்கிறதே" என்று சொல்லி, பெரிய ஹாஸ்யம்போல் கெக்கபிக்கவென்று சிரிக்கத் தொடங்கிவிடுவார் நாராயணன். இது அன்னவடிவுக்குப் பிடிக்காது. அதைத் தெரிந்தேதான் என்னவோ அவள் பாலூட்டுவதைப் பார்க்க நேரும்போதெல்லாம் இதையே சொல்வது நாராயணனின் வழக்கம்.

இருவர் மீதும் நாராயணன் காட்டும் அக்கறையில் பாரபட்சம் இருக்கிறது என்பதை அன்னவடிவு அப்போது புரிந்துகொண்டிருக்கவில்லை. சின்ன துரை படிப்பில் மந்தமாகவும் விளையாட்டில் சுட்டி யாகவும் இருப்பதாலும், உலகநாதன் அவனுக்கு அப்படியே நேரெதிராக வளர்ந்ததாலும் மூத்தவன் மீது அப்பாவுக்குப் பாசம் அதிகம் என்றே நினைத்திருந்தாள். இதனால், அவளை அறியாமல் சின்னதுரையின் மீது அன்னவடிவுக்குக் கூடுதல் கரிசனம் உண்டாகிவிட்டது. உலகநாதனிடம் பகிர்ந்துகொள்ளாத ரகசியங்களையெல்லாம் சின்னதுரையிடம் சொல்வாள். உலகநாதனிடம் எல்லாவற்றையும் பகிர்ந்துகொள்ளும் சின்னதுரை இந்த ரகசியங்களையெல்லாம் தனக்கானவையாகப் பதுக்கிக்கொண்டான். அம்மாப்பிள்ளை ஆனான். சின்னதுரை பார்ப்பதற்கு அம்மாவைப் போலவே இருப்பதால்தான் இப்படி என்பார் நாராயணன். இந்தப் பேச்சையும் அன்னவடிவு ரசிப்பதில்லை.

ரஞ்சிதத்துக்குப் பிள்ளைப்பேறு வாய்க்கவில்லை என்பதாலும், ரஞ்சிதம் என்றால் அன்னவடிவுக்கு உயிர் என்பதாலும் ரஞ்சிதத்தோடும் சின்னதுரை ஒட்டிக்கொண்டான். அவளையும் அம்மா என்பான். சின்னதுரையைத் தன்னிடம் கொடுத்துவிடும்படி அன்னவடிவை அவள் கேட்காத நாளில்லை. அதற்கு அவள் சம்பதிக்கவில்லைதான். ஆனால், சின்னதுரை எந்நேரமும் ரஞ்சிதம் வீட்டில் கிடையாய்க் கிடப்பதற்கு அவள் மறுப்பு சொன்னதில்லை.

இரண்டு அம்மாக்களைப் பெற்ற சின்னதுரை ஒருநாள் கடிதம் எழுதிவைத்துவிட்டுத் தன்னைத்தானே கொளுத்திக்கொண்டான். இருவரும் அவனுடைய கருகிய உடலைப் பார்க்க நேர்ந்தபோது, அவன் உயிர் ஏற்கெனவே பிரிந்துபோயிருந்தது. தங்களிடம் அவன் மனக்கஷ்டத்தை ஒருநாளும் சொன்னதில்லையே என்று சொல்லிச்சொல்லி இருவரும் மாய்ந்துபோனார்கள். சின்னதுரை எழுதிவைத்திருந்த கடிதம் ரஞ்சிதம் கையில் மறுநாள் அகப்படுவதற்கு முன்பாகவே அன்னவடிவின் சித்தம் கலங்கிவிட்டதால் சின்னதுரையின் ஒப்புதல் வாக்குமூலத்தை அறிந்த ஒரே நபராக ரஞ்சிதம் எஞ்சிப் போனாள். நாராயணனைக் கேள்விகேட்பதற்கும் அவளுக்கு வாய்க்கவில்லை. பலராமனிடம் பகிர்ந்து கொள்வதற்கும் அவளுக்கு விருப்பமில்லை. தான் அறிந்து பலராமன் அறிந்துவிடாத ஒரே ரகசியமாக இது மட்டுமே ரஞ்சிதத்திடம் இருந்தது. அவள் தனக்குள் கமுக்கமாக வைத்திருக்கும் அந்த ரகசியம் இதுதான்:

ஒருமுறை அப்பாவுடன் அவருடைய தம்பி வீட்டுக்குப் போயிருந்தபோது அப்பாவழிச் சொந்தங்கள் அங்கே கூடியிருந்தார்கள். சாப்பாட்டு வேளையில், “நீ உன்

அண்ணன்தம்பிகளைப் போல இல்லையே?" என்று என்னைப் பார்த்துக் கேட்டார்கள். ஏற்கெனவே பேசி வைத்துவிட்டுக் கேட்டதுபோல இருந்தது. அல்லது நான் இல்லாத பொழுதில் இது குறித்துப் பேசியிருந்திருக்க வேண்டும்.

நான் அமைதியாக இருந்தேன். அப்போது எனக்கு பதிமூன்று வயது. அவர்களை எதிர்கொள்ளும் திராணி எனக்கில்லை. சூழல் அந்தக் கணத்தில் வேறொன்றாக மாறிப்போனது. அதுவரை அங்கிருந்த சுதந்திரம் முற்றாக இல்லாமலானது. என்னை எல்லோரும் உற்றுப்பார்ப்பதுபோல இருந்தது. நான் எவ்வளவு குண்டாக இருக்கிறேன், மூக்கு எப்படிச் சூம்பிப்போய் இருக்கிறது, கண்கள் எப்படி இடுங்கியிருக்கின்றன என்று என்னை அங்குலம்அங்குலமாகப் பார்ப்பது போல இருந்தது. மிருகக்காட்சி சாலையில் விலங்கு களைப் பார்ப்பதுபோல எனக்குத் தோன்றியது. எல்லா வற்றுக்கும் மேல், இவர்களுக்கெல்லாம் இவன் எப்படி சகோதரனாக இருக்க முடியும் என்பதுதான் அந்தப் பார்வை சொல்லும் செய்தி என்பது அந்த வயதிலும் எனக்குப் புரிந்தது. அப்பாவும் அங்கே இருந்தார். எல்லாம் நியாயம்தான் என்பதுபோல மௌனமாக வேடிக்கைபார்த்துக்கொண்டிருந்தார். அவர்களோடு சேர்ந்து சிரித்துக்கொண்டிருந்தார்.

இவர்களுக்கு மத்தியில் என் வாழ்க்கையை நடத்துவது எவ்வளவு கடினமானது என்பது அன்று புரிந்தது. அந்த நாளிலிருந்து, ஒரு பிராமணனுக்கு சகோதரனாக இருப்பது எப்படி என்ற கேள்விக்கு விடைதேடி அலைந்துகொண்டிருக்கிறேன். கூர்மையான மூக்கு, கூர்மையான கண்கள், சந்தன நிறத் தோல்... இவை போதுமா?

பிராமண அப்பாவுக்கும், தலித் அம்மாவுக்கும் பிறந்த நான் ஒரு முன்மாதிரியான முற்போக்குக் குடும்பத்தில் வளர்வதாகத்தான் வெளியே பேச்சு. என் அப்பா அரசு வழக்கறிஞர் அல்லவா. இந்திய கம்யூனிஸ்ட் கட்சியில் முக்கியமான பொறுப்பில் இருப்பவர். ஒடுக்கப்பட்ட சமூகத்தைச் சேர்ந்த பெண்ணை வேறு மணந்திருக்கிறார். வேறு என்ன அவருக்கு வேண்டும்? ஆனால், என்னை முதன்முதலில் பலவீனமாக்க முயன்றது அவர்தான். அவர் என்னிடம் சொன்ன வார்த்தைகள் இப்போது கொஞ்ச நேரத்துக்கு முன்புதான் சொன்னதுபோல எனக்குள் கேட்டுக் கொண்டிருக்கின்றன: "தோற்றம்தான் முதலில்; திறமை எல்லாம் அதற்குப் பிறகுதான்." என்னுடைய அப்பா இப்படிப் பேசுவார் என்று யாரேனும் நம்புவார்களா? அதுவும் அவரது சொந்த மகனிடம்.

ஒருநாள் நான் விளையாடிவிட்டு வந்ததும், அப்பா வும் அண்ணனும் முடி வெட்டுவதற்காக சலூன் சென்றிருப்பதைச் சொல்லி அம்மா அங்கே என்னையும் போகச்சொன்னார்கள். அந்த சலூனின் பெயர் 'அழகு நிலையம்'. நான் உள்ளே நுழைந்ததும், "உனக்கு இங்கே என்ன வேலை? சலூனுக்கு வருவதற்கு முன்பாகக் கண்ணாடியில் ஒருமுறை முகத்தைப் பார்த்திருந்தால் வரத் துணிந்திருக்க மாட்டாய்" என்று சொல்லிச் சிரித்தார் அப்பா. அவர் அப்படிச் சொன்னது அந்தச் சூழலுக்குப் பொருந்தாமல் இருந்தது. ஏன் அப்படிச் சொன்னார் என்று எனக்குக் குழப்பமாகவும் இருந்தது. எப்படி எதிர்வினையாற்றுவது என்று தெரியாமல் நான் விழித்துக்கொண்டிருந்தேன். சுற்றி இருந்தவர்களும் அப்பா சொன்னதற்குச் சிரித்து வைத்தார்கள். அவரவர்கள் வாய்க்கு வந்ததைச்

சொல்லிக் கேலிபேசினார்கள். அப்போதும் நான் வேடிக்கைப் பொருளானேன். என் முகம் சுருங்குவதைப் பார்த்துவிட்டு அருகே இருந்தவர் சொன்னார்: "அப்பா விளையாட்டுக்குத்தான் சொல்லியிருப்பார். வருந்தாதே."

சமையலில் பூண்டையும் வெங்காயத்தையும் அம்மா பயன்படுத்தியதற்காகவும், அம்மாவின் கறுப்புத் தோலுக்காகவும் என் அப்பாவிடம் வாங்கிய ஏச்சுப் பேச்சுகளை என்னால் மறக்க முடியுமா? கல்யாண வீடுகளுக்கு அண்ணனை மட்டும் அழைத்துக்கொண்டு, நாங்கள் கறுப்பாக இருக்கிறோம் என்பதற்காக அம்மாவையும் என்னையும் வீட்டில் விட்டுவிட்டுப் போவதை என்னால் மறக்க முடியுமா? இதெல்லாம் சின்ன வயதில் சரிவர எனக்குப் புரியாது என்றாலும் என்னுடைய உருவத்தை வைத்துக் கேலிபேசியது எனக்கு வலிக்கத்தான் வலித்தது. அண்ணனைப் போல, மற்ற சகோதரர்களைப் போல அல்லாமல் என்னைத் தமிழ்வழியில் படிக்கும்படி அரசுப் பள்ளியில் சேர்த்ததற்கு, எனக்குப் படிப்பு சரியாக வராததுதான் காரணமா என்ற கேள்வியும், படிப்பு சரியாக வராமல் போனதற்கு நான் மட்டும்தான் பொறுப்பா என்ற கேள்வியும் என்னை வதைத்துக்கொண்டிருந்தன.

ஒருநாள், அப்பா எங்கோ வெளியே செல்வதற்காகக் கிளம்பிக்கொண்டிருந்தார். நான் வீட்டுக்குள்ளே வேகமாக ஓடியாடி விளையாடிக்கொண்டிருந்தேன். அப்போது அவருடைய சட்டை மீது என்னுடைய கை பட்டுவிட்டது. அவர் உடனே கோபம் கொண்டு நின்றுவிட்டார். அவருடைய முகம் சிவக்க ஆரம்பித்து விட்டது. பல்லைக் கடித்தபடி என்னை எரித்து விடுவதுபோல் பார்த்துக்கொண்டிருந்தார். அப்போது

தான் எனக்கு உரைத்தது. எங்கள் இருவருக்குள்ளும் என்ன நடந்துகொண்டிருக்கிறது என்ற யதார்த்தம் அந்தக் கணத்தில்தான் எனக்குப் புரிபட்டது. நான் அப்படியே ஸ்தம்பித்துப்போய்விட்டேன். அன்று எடுத்த முடிவுதான் இது.

இதோ கருகிப்போயிருக்கும் என் உடலை அப்பாவிடம் காட்டுங்கள். இது என்னை இன்னும் வெறுக்கும்படி செய்யட்டும்.

௬

எரவாடா சம்பவம் நடந்து அறுபது ஆண்டுகளுக்குப் பிறகு பலராமனை வற்புறுத்திக் கூட்டிக்கொண்டு மஹாராஷ்டிரம் கிளம்பிவிட்டாள் ரஞ்சிதம். பலராமனின் தொடர்புகள் வழியாக அனுமதி பெற்று எரவாடா சிறைக்குச் சென்ற அந்த மே மாத உச்சிப் பொழுதானது வழக்கத்துக்கு மாறாக மழைக்காகக் காத்திருந்தது. அவர்கள் அங்கு கிளம்புவதற்கு முன்பாகவே புயலும் மழையுமாக அன்றைய அன்றாடம் துண்டிக்கப் பட்டிருந்தது. பலராமன் எவ்வளவு சொல்லியும் ரஞ்சிதம் இறங்கிவருவதாக இல்லை. ஏனெனில், அன்று மே 8. காந்தியை அந்த இளைஞன் சந்தித்து உரையாடிய தினம் என்பதால், என்ன ஆனாலும் அன்றே போய்ப் பார்த்துவிட வேண்டும் என்று அடம் பிடித்தாள். இருவருக்கும் வயதாகிவிட்டதை அவளுக்கு நினைவூட்டியும் அவள் மசிவதாயில்லை. இயன்றவரை தாமதப்படுத்தி மழையும் புயலும் கொஞ்சம் ஓய்ந்த மாலை வேளையில் அழைத்துச்சென்றார் பலராமன். ஆனால், சிறையை நெருங்கும்போது மீண்டும் மழை வலுக்கத் தொடங்கியிருந்தது. காந்தி உண்ணாவிரதம் இருந்த இடத்தை நோக்கி நனைந்தபடி சென்றார்கள்.

ஒருகணத்தில் மழை தன்னுடைய வேகத்தை அதிகரித்து அருவியாகத் கொட்டத் தொடங்கிவிட்டது. பலராமனும் உடன் இருந்த காவலர்களும் அருகே இருந்த கொட்டகைக்கு ஓடினார்கள். ரஞ்சிதம் வர மறுத்துவிட்டாள். பலராமனும் ரஞ்சிதத்தின் மனதை உணர்ந்தவராக அவளைத் தனியே விட்டுவிட்டு நகர்ந்துவிட்டார். அந்த இடத்தில் நிற்கும்போது வரலாற்றில் நிற்பதாகவும், காந்தியும் சின்னதுரையும் உரையாடிக்கொண்டிருப்பதுபோலவும் அவளுக்குத் தோன்றவும் அந்த இடம் அவளை அறுபது ஆண்டுகளுக்கு முன்பாகக் கூட்டிச்சென்றுவிட்டது. மழையோ அவளைக் கரைத்துவிடுவதுபோல முரட்டுத் தனமாகப் பெய்தது. நெஞ்சில் பாரம் அழுத்தவும், இவ்வளவு காலம் தேக்கிவைத்திருந்த துயரம் அனைத்தையும் மொத்தமாகக் கொட்டித்தீர்ப்பதுபோல் பெருங்குரலெடுத்து அழத் தொடங்கிவிட்டாள். இருதயத்தை அழுத்திக்கொண்டிருக்கும் வலியெல்லாம் ஒப்பாரியாக வெளியே வந்துகொண்டிருந்தது. இவளது பெருங்குரலை யாருக்கும் எட்டவிடாமல் பார்த்துக் கொண்டது மழை. இடியும் மின்னலும் அந்தச் சூழலை அசாதாரணமாக்கின. சேரும் சகதியுமான மண்ணை மழைநீரோடு அள்ளி முகத்திலும் மார்பிலுமாக அடித்துக்கொண்டு அழுதுகொண்டிருந்தாள். அப்போது, ஆகாயத்தை இரண்டாகப் பிளக்கும்படியான மின்னல் ஒன்று அவள் மீது இறங்கியது. மயங்கிச் சரிந்தாள்.

கண்விழித்தபோது அவள் முகத்தில் அறைந்தது மாலைநேரச் சூரியன். அருகே மெல்லிய சலசலப்பு. பேந்தப்பேந்த விழித்துக்கொண்டிருந்தாள். இரண்டு காலங்களில் அலைபாய்ந்துகொண்டிருந்தது மனம். அப்போது, மஹாதேவ் தேசாய் வந்து இவளைப்

பார்த்தார். தேசாய் பற்றி அந்தக் காலத்தில் இவள் கொண்டிருந்த சித்திரத்துக்கு மாறாக அவர் மிகவும் உயரமாக, பார்ப்பதற்கு அழகாக, மீசையுடன் இருந்தார். நளினமான விரல்கள். அவருக்கு அப்போது நாற்பது வயதுதான் என்றாலும் பார்ப்பதற்கு முதிர்ந்த தோற்றத்தோடு தெரிந்தார். அவரது வலுக்கைத் தலை மட்டும் காரணமல்ல. அந்தச் சொற்ப வயதுக்குள் அவர் பெற்றிருந்த அனுபவமும் காந்தியுடனான பயணமும் அவருக்கு இரட்டை வாழ்க்கையை வாழ்ந்த திருப்தியைத் தந்திருக்க வேண்டும். இவளிடம் எதுவும் பேசாமல், உடன் கூட்டிச்சென்று கொஞ்சம் பழங்கள் தர ஏற்பாடு செய்தார். எட்டும் தூரத்தில் காந்தி. "கானா காக்கே ஜாயேங்கே. து சுனாயி நயி. அபி துஜே சக்கர் ஆகயா" (சாப்பிட்டுவிட்டுப் போகலாம் என்றேன். நீ கேட்கவில்லை. இப்போது பார் மயங்கி விழுந்துவிட்டாய்) என்ற குரலை ஏறிட்டுப்பார்த்தாள். அவள் காதருகே வந்து தணிந்த குரலில், "அச்சா ஓகயா துஜே சக்கர் ஆகயா. நயி தோ இத்னா ஆகேசே காந்திஜிக்கோ தேக்னே சக்தே தே?" (நீ மயங்கி விழுந்தது நல்லதுதான். இல்லையென்றால், இவ்வளவு பக்கத்தில் காந்திஜியைப் பார்த்திருக்க முடியுமா?) என்று பூரிப்புடன் கிசுகிசுத்தாள். அதற்கு, சிறுமியும் சிரித்துவைத்தாள். பழங்களைச் சாப்பிட்டபடி, அங்கு நடக்கும் நாடகீயமான தருணத்தை நிதானமாக வேடிக்கை பார்த்துக்கொண்டிருந்தாள். மனம் மீண்டும் இரண்டு காலங்களில் அலைபாய்ந்துகொண்டிருந்தது. தனது முதிர்ந்த உருவமும், தான் அன்றாடம் கேட்டுக் கொண்டிருக்கும் கதைகளும், தன்னுடைய மனதை எப்போதும் அழுத்திக்கொண்டிருக்கும் நினைவுகளும், இதோ இப்போது சிறுமியாகப் பள்ளி சென்றுவந்த

ஞாபகமும் என எல்லாமும் அலைமோதி அவளை அலைக்கழித்துக்கொண்டிருந்தன.

"நல்லது, உனக்குத் திருப்திதானே? நான் உனக்கு உத்தரவாதம் கொடுக்கிறேன்" என்ற காந்தியின் குரல் கேட்டு, சுயநினைவு வந்தவளாகத் திரும்பினாள். எதிரே அந்த இளைஞன் பவ்வியமாக உட்கார்ந்திருந்தான். இவளுக்கு சின்னதுரையின் முகம் வந்துபோனது. காந்தியின் வலது கரம் என்று பெயரெடுத்ததைப் போலவே அவருக்கு வலது பக்கமாக நின்றுகொண்டிருந்தார் தேசாய். அந்த இளைஞன், "இல்லை" என்று சொல்லிவிட்டு, அவன் கொண்டுவந்திருந்த மலர்களை காந்தியின் பாதங்களில் வைத்தபடியே, "நான் ஏன் மற்றவர்களிடம் கேட்க வேண்டும்? ஏன் எனக்கு அவர்கள் மீதெல்லாம் நம்பிக்கை இல்லை? நான் உங்களை மட்டும்தான் நம்புகிறேன். மற்றவர்கள் எல்லோரும் மோசமானவர்களாக இருக்கிறார்கள்" என்றான்.

காந்தி சொல்கிறார்: "என்னுடைய சகாக்களெல்லாம் மோசமானவர்களாக இருக்கிறார்கள் என்றால் அதில் நான்தான் மிகமிக மோசமானவனாக இருக்க வேண்டும். நீ என்னையும் நம்பாமல் இருப்பதுதான் உனக்கு நல்லது."

இதுவரை துணிச்சலானவன்போல் இருந்த அந்த இளைஞன், இப்போது வெடித்து அழத் தொடங்கிவிட்டான். "ஏன் எங்களையெல்லாம் விட்டு நீங்கள் போகிறீர்கள்? உங்களுடைய சகாக்கள் தூய்மையானவர்கள் இல்லை என்று நீங்களேதான் சொல்கிறீர்கள். உங்களைச் சுற்றித் தூய்மையில்லை. அதனால்தான், நீங்கள் சாவதற்காக உண்ணாவிரதம்

பழைய குருடி • 153 •

இருக்கிறீர்கள்" என்று தேம்பித்தேம்பி அழுதுகொண்டே சொன்னான்.

"நான் உன்னைவிட்டுப் போகிறேன் என்று ஏன் சொல்கிறாய்? நான் எங்கும் போக மாட்டேன்" என்றபடி ஆதுரமாக அந்த இளைஞனைத் தொடுகிறார் காந்தி.

அந்தத் தொடுகை அவனை இன்னும் வெடித்து அழும்படிச் செய்துவிட்டது. அழுகையினூடே, "நாங்கள் எப்படி உங்களை நம்புவது?" என்று கேட்டான்.

"சரி, நான் உத்தரவாதம் கொடுக்கிறேன். நான் சாகப் போவதில்லை. வா, நாம் ஓர் ஒப்பந்தம் போட்டுக் கொள்வோம். மே 29, திங்கட்கிழமை மதியம் நீ ஆரஞ்சுப் பழங்களோடு வா. நான் அதன் சாறைக் குடித்து என் உண்ணாவிரதத்தை முடித்துக்கொள்கிறேன். பிறகு, நாம் உன் கல்வி ஊக்கத்தொகை குறித்துப் பேசுவோம். உனக்குத் திருப்திதானே?"

இளைஞனுடைய கண்ணீர் மறைந்துபோயிற்று. சந்தோஷத்தில் முகம் பிரகாசமாயிற்று. உற்சாகமாக, "சரி" என்றான்.

"அப்படியென்றால் நம் ஒப்பந்தத்தை நீ நிறைவேற்றுவாய் இல்லையா?" என்று காந்தி கேட்கவும் அங்கு இருந்த எல்லோரும் சிரித்தார்கள். அந்த இளைஞனும் அந்தச் சிரிப்போடு சேர்ந்துகொண்டான். சிறையே சிரிப் பொலியால் நிரம்பியது.

அவனுடைய தோளில் தட்டிக்கொடுத்து அனுப்பி வைத்துவிட்டு, காந்தி அடுத்த நபரிடம் சென்றார். சிறுமியின் பார்வையோ அந்த இளைஞனைச் சுற்றியே

இருந்தது. குண்டான உடல்வாகு, அவலட்சமான மூக்கு, இடுங்கிய கண்கள் என அவன் சின்னதுரை போலவே இருந்தான். அவன் அங்கே இயல்பாக இல்லை. அசௌகர்யமாக உணர்வது அவனது முகத்தில் அப்பட்டமாக வெளிப்பட்டது. கொஞ்ச நேரத்தில் அங்கிருந்து கிளம்பி அவன் வெளியேறவும், அவள் தன் அம்மாவிடம் சொல்லிவிட்டு அந்த இளைஞனைப் பின்தொடரக் கிளம்பிவிட்டாள். அவனுடைய வீடு அருகில்தான் இருந்தது. அவனுடைய வீட்டைப் பார்த்து வைத்துக்கொண்டவள் அடுத்தடுத்த நாட்களில் சிறைக்கு வருவதற்கு முன்பாக அவனுடைய வீட்டுக்குச் சென்று பார்த்துவிட்டுவந்தாள். சில நாள் அவனை வீட்டில் பார்க்க முடிந்தது. சில நாள் உண்ணாவிரதம் நடக்கும் இடத்தில் பார்க்க முடிந்தது.

மே 29-க்காகக் காத்திருக்கத் தொடங்கினாள். அந்த நாளில் என்ன நடக்கப்போகிறது என்பது இவளுக்கு அணுஅணுவாக அகக்கண்ணில் ஓடிக்கொண்டிருந்தது.

மே 29 அன்று நண்பகலில் எரவாடா சிறைக்குச் செல்லும் முன்பாக அந்த இளைஞனின் வீட்டுக்குச் சென்றாள். அங்கே அவன் இல்லை. அவளிடம் பதற்றம் தொற்றிக்கொண்டது. அவன் சிறைக்குச் சென்றிருக்கக்கூடும் என்ற எண்ணமும் இருந்ததால் அவசரமாகக் கிளம்பிப்போனாள். ஆனால், அங்கேயும் அவன் இல்லை. கூட்டத்துக்கு நடுவே அங்குமிங்கும் புகுந்துசென்று சுற்றிசுற்றிப் பார்த்துக்கொண்டிருந்தாள். அவன் அகப்படவில்லை. காந்திக்கு அருகே சென்று நின்றபடி சுற்றுமுற்றும் நோட்டம்விட்டாள். அவள் எதிர்பார்த்துக்கொண்டிருந்த நேரம் நெருங்கவும் அவளுடைய பதற்றம் அதிகரிக்கத் தொடங்கியது.

பழைய குருடி • 155 •

இளைஞனைத் தேடிக்கொண்டிருந்தார் தேசாய். அவர் உணர்ச்சிவசப்பட்ட நிலையில் இருந்தார். கொஞ்ச நேரத்தில், இளைஞனைத் தேடும் கண்களின் எண்ணிக்கை கூடியது. யாருக்கும் அந்த இளைஞன் பற்றிய விவரம் தெரிந்திருக்கவில்லை. அந்த முக்கியமான நிகழ்வு அன்று பேராசிரியர் வாடியா, டாக்டர் அன்சாரி, காகா சாகிப், தக்கர் போன்றோரெல்லாம் அங்கே கூடியிருந்தார்கள். காவல்காரர்கள் அன்று எல்லோரையும் உள்ளே அனுப்பிக்கொண்டிருந்தார்கள். குறிப்பிட்டுச் சொல்ல வேண்டுமென்றால், தீண்டப்படாத சமூகத்தைச் சேர்ந்தவர்களுக்குக் கதவு திறந்துவைக்கப்பட்டிருந்தது. காத்திருப்பு பயனளிக்காது என்று முடிவெடுக்கப்பட்டதும், உண்ணாவிரதத்தை முடிப்பதற்கு முன்பாக முதல் மாலை அணிவிக்கப்பட்டது — அன்று அந்த ஒரு மாலை மட்டும்தான் போடப்பட்டது. தீண்டப்படாத சமூகத்தைச் சேர்ந்த அந்தச் சிறுமிதான் மாலை அணிவித்தாள். பிறகு, எதிர்பார்த்திருந்த இளைஞன் வரவில்லை என்றதும் லேடி தக்கர்சே அழைக்கப் பட்டார். அப்போது, படபடப்புடன் இருந்த சிறுமி சொன்னாள்: "முஜே ஹோா பையா கா கர் பதா ஹே." (எனக்கு அந்த அண்ணனின் வீடு எங்கே இருக்கிறது என்று தெரியும்.)

៥

காந்தியின் மிக முக்கியமான அந்த உண்ணாவிரதத்தை முடித்துவைக்க உதவியது லேடி தக்கர்சே அல்ல. தீண்டப்படாத சமூகத்தைச் சேர்ந்த அந்த இளைஞன்தான். ரஞ்சிதத்தின் இடையீட்டால் இது சாத்தியப்பட்டது. இப்படி நடந்ததில் அவளுக்கு

அளவில்லா மகிழ்ச்சி. சின்னதுரை தற்கொலை செய்து கொள்ள வேண்டிய துரதிர்ஷ்டம் இனி நேராது என்று என்றெண்ணிப் பூரித்துப்போனாள். ஆனால், அந்த மகிழ்ச்சி ரொம்ப காலம் நீடிக்கவில்லை. காந்திக்கும் அம்பேத்கருக்குமான போராகவும், அம்பேத்கருக்கு காந்தி இழைத்துவிட்ட துரோகமாகவும், தலித் இயக்கத்துக்கு காந்தி உருவாக்கிய நல்வாய்ப்பாகவும் வெவ்வேறு விதமாகப் பார்க்கப்பட்ட அந்தச் சம்பவமானது ரஞ்சிதத்தின் இடையீட்டுக்குப் பிறகும் அப்படியே பார்க்கப்பட்டது எனினும் தலித் இயக்கம் வேறு விதமான தோற்றம் காண்பதற்குக் காரணமாக இந்த இடையீடு அமைந்துவிட்டது.

தீண்டாமையை நடைமுறைப்படுத்துபவருக்கும் தீண்டாமைக்கு ஆளாகுபவருக்கும் இடையேயான தொலைவைக் கடக்க முயன்றார் காந்தி. இந்த இடை வெளியைக் கடப்பதற்காக தலித்துகளைத் தீண்ட நினைத்தார். இதுதான் காந்தியின் வழிமுறையாக இருந்தது. ஆனால், ஒருவர் தனக்கும் தலித்துகளுக்குமான இடைவெளி கடக்கப்பட்டுவிட்டதாக உணர்வதற்கு, மீண்டும் அவர்களை தலித்துகளாக மாற்றுவதுதான் ஒரே வழி. அப்படித் திரும்பவும் அவர்கள் தலித்து களாக மாற்றப்படும்போது அந்த இடைவெளியானது மேலும் பிரம்மாண்டமாக உருப்பெற்றுவிடுகிறது. அப்படியான ஒரு இடைவெளியைத்தான் ரஞ்சிதம் உருவாக்கிவிட்டாள். இது உருவாக்கிய பின்விளைவு களை, கால ஓட்டத்தில் ரஞ்சிதம் உணர்ந்துகொண்டாள்.

போதாக்குறைக்கு, தனிப்பட்ட அளவில் அந்த இளைஞனைப் பாதிப்பதாகவும் ரஞ்சிதத்தின் இடையீடு அமைந்துவிட்டது. அம்பேத்கரையும் தலித்துகளையும்

அந்த இளைஞன் அவமானப்படுத்திவிட்டதாக ஒருசாரார் நினைத்தார்கள். காந்தி தங்களைப் பழி வாங்குவதற்கு அவன் காரணமாகிவிட்டான் என்று கொதித்துக்கொண்டிருந்தார்கள். சுற்றுமுற்றும் உருவான நெருக்கடிகளெல்லாம் சேர்ந்து, அந்த இளைஞன் தன்னைத்தானே கொளுத்திக்கொள்ளும்படி ஆயிற்று. ரஞ்சிதம் இந்தத் தற்கொலையை சின்னதுரையோடு பொருத்திப்பார்த்து சுக்குநூறாகிப்போனாள்.

௪

ரஞ்சிதம் தன்னை அழுத்திக்கொண்டிருக்கும் குற்ற உணர்விலிருந்து விடுபடுவதற்கு மீண்டும் ஒரு வாய்ப்பு வாய்க்கும் என்ற நப்பாசையில், 1993 மே ஒன்றாம் தேதியிலிருந்து எரவாடா சிறைக்குச் சென்றுவரத் தொடங்கினாள். ஒரு சிறுமியாகத் தான் சுற்றித்திரிந்த நாட்களை இப்போது தள்ளாடும் வயதில் மீண்டுமொரு முறை நிகழ்த்திக்கொண்டிருந்தாள். மே 8 அன்று காலையிலேயே சிறைக்கு வந்துவிட்டவளுக்கு அன்று அவள் எதிர்பார்த்ததற்கு மாறான வேறொரு சம்பவம் காத்திருந்தது. ஐம்பதுக்கும் மேற்பட்ட இளைஞர்களை வழிநடத்தி வந்துகொண்டிருந்தார் ஒரு முதியவர். அவர்தான் பலராமன் என்பதை முதல் பார்வையிலேயே உணர்ந்துகொண்டாள். அதில் அவளுக்கு இரண்டாம் அபிப்ராயம் இருக்கவில்லை. எதிர்பாரா இந்த அதிர்ச்சி அவளைப் பதைபதைப்புக்கு உள்ளாக்கியதும், உதடுகள் துடிக்கத் தொடங்கிவிட்டன. கைகள் நடுக்கம் கண்டன. நிற்க முடியாமல் தள்ளாடி விழப்பார்த்தவள் சுதாரித்துக் கொண்டு அருகே இருந்த மாபெரும் மரத்தடியில் உட்கார்ந்துகொண்டாள். பலராமன் மீது அவள் பார்வை நிலைத்திருந்தது.

ஒவ்வொரு இடமாகச் சென்று பார்த்துவிட்டுவந்த அந்தக் கூட்டத்தை, ரஞ்சிதம் உட்கார்ந்திருந்த மரத்தடியில் உட்காரவைத்துக்கொண்டு சுவாரஸ்யமாகப் பேச ஆரம்பித்தார் பலராமன். ரஞ்சிதம் மொழி புரியாமல் தவிக்கத் தொடங்கிவிட்டாள். "க்யா போல் ரஹா ஹே? க்யா போல் ரஹா ஹே?" (என்ன சொல் கிறார்? என்ன சொல்கிறார்?) என்று பரிதவித்தபடிக் கேட்டாள்.

பலராமனுக்கு அவளுடைய மொழி புரியவில்லை. அந்தக் கூட்டத்தில் இருந்த ஒரு இளைஞன், "காந்தி யின் எரவாடா உண்ணாவிரதம் பற்றிப் பேசிக்கொண்டு இருக்கிறார்" என்றான்.

இறைஞ்சும் குரலில், "அவர் சொல்வதை எனக்கு மொழி பெயர்த்துச் சொல்வாயா?" என்று கேட்டாள்.

"அவர் பேசி முடித்த பிறகாகச் சொல்கிறேனே" என்றான்.

அவளுக்கு இருப்பு கொள்ளவில்லை. படபடத்தாள். "அவர் யாரென்று மட்டுமாவது சொல். நீங்களெல்லாம் யார்?"

"அவர் பெயர் பலராமன். தமிழ்நாட்டில் பெரிய எழுத்தாளர். காந்தி பற்றி நிறைய புத்தகங்கள் எழுதி இருக்கிறார். காந்தி வாழ்க்கையில் நடந்த முக்கியமான நிகழ்வுகளை எங்களுக்கு விளக்கும் பணியை ஏற்று இருக்கிறார். இது வரலாற்று சுற்றுலா."

அந்த இளைஞர்கள் எல்லோரும் தீண்டப்படாத சமூகத்தைச் சேர்ந்தவர்கள் என்பதைப் பின்னர் தெரிந்துகொண்டாள். அவளுடைய கெஞ்சலுக்கு

இறங்கி, பலராமன் சொன்ன விஷயங்களை, யாருக்கும் தொந்தரவு தராத குரலில் ரஞ்சிதத்துக்கு மொழி பெயர்த்தான்:

1933 மே 8. இந்திய வரலாற்றில் மிக முக்கியமான நாள். இதே நாளன்று, கால்கடுக்கப் பல மணிநேரங்கள் காத்திருந்த பிறகு அந்த இளைஞன் காந்தியைச் சந்திக்கிறான். அந்த இளைஞனைப் பற்றி உங்களுக்குச் சொல்வதற்காகவே இங்கு கூட்டிவந்திருக்கிறேன். நீங்கள் எல்லோரும் தெரிந்துகொள்ள வேண்டிய நபர் அவன். இதோ இங்கேதான் உண்ணாவிரதம் இருந்து கொண்டிருந்தார் காந்தி. அவருடைய உண்ணா விரதங்களில் மிகவும் முக்கியத்துவம் வாய்ந்தது அது. தீண்டப்படாதவர்களுக்கான தனித்தொகுதி என்ற கோரிக்கை தொடர்பான உண்ணாவிரதம். தீண்டப்படாதவர்களிடமிருந்து உருவான முதல் மாபெரும் தலைவரான அம்பேத்கர்தான் இந்தக் கோரிக்கைக்குத் தலைமையேற்றிருந்தார். இந்த உண்ணாவிரதத்தில் ஒருவேளை காந்தி இறந்து விட்டார் என்றால் என்னவாகியிருக்கும்? இந்தியாவில் ஒடுக்கப்பட்ட மக்கள் எல்லோரும் மிகக் கடுமையான பாதிப்புகளை எதிர்கொள்ள வேண்டியிருந்திருக்கும். அந்த அச்சம் அம்பேத்கரிடம் இருந்தது. அப்படிப்பட்ட அச்சத்தை உருவாக்கிய காந்தியைச் சந்திக்கவே, தீண்டப்படாத சமூகத்தைச் சேர்ந்த அந்த இளைஞன் வந்திருக்கிறான் என்பதை நினைவில்கொள்ள வேண்டும். காந்தியைப் பார்க்கச் செல்கிறோம் என்பதற்காக ஒரு ஜோடி செருப்பு புதிதாக வாங்க ஆசைப்பட்ட அந்த இளைஞனுக்கு, அதற்குக்கூட மிகவும் சிரமப்பட்டுப் பணத்தைப் புரட்ட வேண்டிய வாழ்க்கைச் சூழலே இருந்தது. காந்தியைச் சந்தித்துப்

பேசும்போது தன்னையும் அறியாமல் உடைந்து அழுகிறான் அந்த இளைஞன். அவனுக்கு காந்தி இறந்துவிடப்போகிறார் என்ற அச்சம். சாகும்வரை உண்ணாவிரதம் இருக்கப்போவதாக அல்லவா அவர் சொல்லியிருக்கிறார். அப்படிச் சொல்லித்தானே அவர் அம்பேத்கரை மிரட்டுகிறார். அப்படிச் சொல்லித் தானே அம்பேத்கரைப் பின்வாங்கவைக்கிறார். அது அவனுக்குப் புரியாமல் அப்பாவி போல காந்தியைப் பார்க்கச்செல்கிறான். அவர் இறந்துவிடப்போகிறாரே என்று அவன் அச்சப்படுகிறான். அப்போது காந்தி சொல்கிறார்: "நான் உத்தரவாதம் கொடுக்கிறேன். நான் சாகப்போவதில்லை. வா, நாம் ஓர் ஒப்பந்தம் போட்டுக்கொள்வோம். மே 29, திங்கட்கிழமை மதியம், நீ ஆரஞ்சுப் பழங்களோடு வா. நான் அதன் சாறைக் குடித்து என் உண்ணாவிரதத்தை முடித்துக்கொள்கிறேன். பிறகு, நாம் உன் கல்வி ஊக்கத்தொகை குறித்துப் பேசுவோம். உனக்குத் திருப்திதானே?" இளைஞனுக்கு சந்தோஷம். அவன் அதற்கு ஒப்புக்கொள்கிறான். தீண்டப்படாதவர்களை முன்வைத்து மேற்கொள்ளப்பட்ட வரலாற்று முக்கியத்துவம் வாய்ந்த ஒரு உண்ணாவிரதத்தை, தீண்டப்படாத சமூகத்தைச் சேர்ந்த இளைஞன் ஒருவன் முடித்துவைப்பது அவர்களுக்கு அற்புதமான தருணமாக இருந்திருக்கும், இல்லையா நண்பர்களே? காந்தி உண்ணாவிரதத்தை முடிப்பது என்பது அம்பேத்கரின் தோல்வியைக் குறிப்பது. யாருடைய நலனுக்காக அம்பேத்கர் போராடுகிறாரோ அதற்கு எதிராக நிற்கும் நபருக்குத் துணைநிற்க நினைக்கிறான் அந்த இளைஞன். தலித்துகள் மீதாக காந்தி கோரும் உரிமையை ஏற்றுக் கொள்ளும் நபராகவும் அங்கீகரிக்கும் நபராகவும் காந்தியின் ஆயுதத்துக்குக் கருவியாகவும் அந்தத்

தீண்டப்படாத இளைஞன் மாறுகிறான். அம்பேத்கருக்கு எதிரான யுத்தம் அது என்பதால் அப்படிப்பட்ட ஒரு இளைஞனின் இருப்பு அவர்களுக்கு முக்கியத்துவம் வாய்ந்ததாக இருந்தது. ஆனால், குறித்த நாளன்று, அந்த இளைஞன் காந்தியைப் பார்க்க வரவில்லை. அவனுக்குத் தைரியம் இல்லை. உண்ணாவிரதத்தின்போது அவ்வப் போது அங்கே வந்துசென்றிருக்கிறான். ஒவ்வொரு நாளும் என்ன நடக்கிறது என்பதை ஆவலோடு கவனித்துவந்திருக்கிறான். அதனால், கடைசி நாள் அன்று தைரியத்தை இழந்துவிட்டான். தன்னைப் போன்ற ஒருவனை அங்கே அனுமதிப்பார்களா என்ற அச்சம் அவனுக்கு. எல்லாவற்றையும் அவன் சுமந்துகொண்டிருக்கும் தீண்டாமையோடு இணைத்துப்பார்க்க வேண்டும், நண்பர்களே. இதுதான் தீண்டாமையின் பலம். இது குறித்து நான் உங்களுக்கு விளக்க வேண்டியதில்லை. என்னைவிட உங்கள் எல்லோருக்கும் தீண்டாமையின் வலி என்னவென்று தெரியும். முன்பு அவன் தயக்கம் ஏதுமில்லாமல் பல முறை சிறைக்கு வந்திருக்கிறான். தான் ஒரு தீண்டப்படாத சமூகத்தைச் சேர்ந்தவன் என்று அனுமதி கேட்கும் இடத்தில் சொல்லியிருக்கவும் செய்கிறான். ஆனால், கடைசி நாளன்று தைரியத்தை இழந்துவிட்டான். உண்மையில் நடந்தது இது தான். சிலர் இதே சம்பவத்தை வேறு விதமாக எழுது கிறார்கள். ஒரு சிறுமிக்கு அந்த இளைஞனின் வீடு தெரிந்திருந்ததாகவும், அவனை அழைத்துவந்த பிறகே உண்ணாவிரதத்தை காந்தி நிறைவுசெய்ததாகவும் சொல்கிறார்கள். மஹாதேவ் தேசாயும்கூட இந்தக் கதையைத்தான் சொல்கிறார். அவர் காந்தியின் வலதுகரமாகவும் நம்பகமானவராகவும் பார்க்கப் பட்டதால் இந்தக் கதையை நம்பும் ஆட்களும்

இருக்கிறார்கள். நண்பர்களே, வரலாறு என்பது உண்மை அல்ல. ஒருவர் உண்மை என்று எதைக் காட்ட விரும்புகிறாரோ அதுவே வரலாறாகிறது. மஹாதேவ் தேசாய் சொன்னால் அது உண்மையாக நம்பப்படும் என்று அவருக்குத் தெரியும். தேசாயின் வார்த்தைகளை மேற்கோள் காட்டியே வேறு சிலரும் இந்தக் கதையை வரலாறாகக் கற்பிக்கிறார்கள். அது பூதாகரமாக வளர்ந்துநிற்கிறது. ஆனால், மஹாதேவ் தேசாயை நான் சந்தேகிக்கிறேன். இப்படியான கட்டுக்கதைகளை காந்தி அங்கீகரித்திருக்கவும் நியாயமில்லை. அப்படி நம்பவே நான் விரும்புகிறேன். இது தொடர்பான காந்தியின் மறுப்பு எங்கேனும் கிடைக்குமா என்று தீவிரமாகத் தேடிக்கொண்டிருக்கிறேன். ஆனால், என்ன இருந்தாலும் இதற்கு காந்தியும் பொறுப்புதான். நான் ஒரு காந்தியன்தான். அதற்காக காந்தியின் குறைகளையும் சறுக்கல்களையும் சொல்லக் கூடாது என்று நினைப்பது தவறு. அதுவும் ஒரு எழுத்தாளனாக அதைச் செய்வது தவறு. உங்களிடம் மட்டுமல்ல; சமூகத்திடமும் நான் நடுநிலையாக இருக்கவே விரும்புகிறேன். உண்மையில், வரலாறு மாற்றி எழுதப்பட்டிருந்திருக்க வேண்டும். நண்பர்களே, காந்திக்கும் அம்பேத்கருக்கும் இடையேயான மோதலில் இந்த உண்ணாவிரதப் போராட்டம் மிகவும் முக்கியமானது. இருவரின் பாதையும் என்ன என்பதைத் தீர்மானிக்கும் போராட்டமாக அது இருந்தது. ஒருவேளை அன்று அந்த இளைஞன் வந்திருந்தால் வரலாற்றின் போக்கே மாறியிருக்கக்கூடும். உங்கள் வாழ்க்கை இன்னும் மேம்பட்டதாக இருந்திருக்கும்.

நீண்ட பெருமூச்சுவிட்டபடி அங்கிருந்து நகர்ந்தார் பலராமன்.

தேநீர் இடைவேளை விடப்பட்டது. ஒவ்வொருவராக அங்கிருந்து நகர்கையில் மொழிபெயர்த்துச் சொன்ன இளைஞனை மட்டும் அருகே இருத்திக்கொண்டாள் ரஞ்சிதம். அவளுடைய பதைபதைப்பு இன்னும் அதிகமாகியிருந்தது. எல்லோரும் நகர்ந்துபோனதும் நெஞ்சிலும் வயிற்றிலுமாக அடித்துக்கொண்டு அழுதாள். இளைஞன் பதறிப்போனான். செய்வதறியாது திகைத்துநின்றான். அவன் கையைப் பிடித்து அருகே அழைத்து அழுகையினூடே சொன்னாள்: "மகனே, அவரை நம்பாதீர்கள். பொய் சொல்கிறார். பொய்... மாபெரும் பொய்... ஒரு அறிவுஜீவி இப்படிப் பொய் சொல்லக் கூடாது. அதை நீங்கள் அனுமதிக்கக் கூடாது. எல்லாவற்றையும் திரித்துத்திரித்துப் பேசுகிறார். நல்லதனமாக நடந்த விஷயங்களையெல்லாம் அவருக்கு ஏற்றபடி வளைத்துத் திரித்து நஞ்சைப் புகட்டுகிறார். ஒரு காந்தியனாகத் தன்னைப் பிரகடனப்படுத்திக்கொண்டு இப்படிச் செய்வது கொடூரமானது. அவரை நம்பா தீர்கள். அவரை நம்பாதே, மகனே."

அவன் ஏதும் சொல்ல முடியாமல் குழப்பமாக அவளைப் பார்த்தான்.

"ஒரு அறிவுஜீவி பொய் சொல்வதை நீங்கள் வேடிக்கை பார்க்கக் கூடாது மகனே" என்றாள். இதையே வேறு வேறு வார்த்தைகளில் திரும்பத்திரும்பச் சொல்லிக் கொண்டிருந்தாள்.

அவன் எதிர்வினையாற்றவில்லை. உணர்ச்சிவசப்பட்ட நிலையில் இருந்தான். அந்தக் கதையிலிருந்து அவன் இன்னும் வெளிவந்திருக்கவில்லை. பலராமன் சொன்னது அவனைத் திக்குமுக்காடச் செய்தது போக,

அந்தக் கதையை ரஞ்சிதத்துக்காக விவரித்தது மேலும் மூச்சுமுட்டவைத்திருந்தது.

ரஞ்சிதம் பதற்றத்துடன் கேட்டாள்: "சரி மகனே, இந்தக் கேள்விக்கு மட்டும் பதில் சொல். உனக்கு இப்போது அந்த உண்ணாவிரதத்தில் பங்குபெறும் வாய்ப்பு கிடைத்ததென்றால் என்ன செய்வாய்? சொல் மகனே, என்ன செய்வாய்?"

அவன் யோசிப்பதற்கான அவகாசம் ஏதும் எடுக்க வில்லை. தயக்கம் ஏதுமின்றி சட்டென, "உண்ணா விரதத்தில் அந்த இளைஞன் பங்குபெறுவதற்கான முயற்சியில் இறங்குவேன்" என்று சொன்னான்.

"அய்யோ" என்று பதறினாள். "இதோ உன் நண்பர்கள் வருகிறார்களே, அவர்களிடமும் இதைக் கேட்டு, என்ன சொல்கிறார்கள் என்று என்னிடம் சொல்" என்றாள்.

நால்வரும் ஒன்றுபோல அதையே சொன்னார்கள். கூடவே, காந்தி மீதும் அவரைச் சுற்றி இருக்கக் கூடியவர்கள் மீதுமான தங்கள் கோபத்தையும் ஆதங்கத்தையும் வெளிப்படுத்தினார்கள். "இதை நான் அனுமதிக்க முடியாது. அனுமதிக்க மாட்டேன்" என்று தனக்குள்ளாகச் சொல்லிக்கொண்டவள், பலராமன் இருக்கும் இடத்தை விசாரித்துச் சென்றாள். ஆனால், அவரைத் தேடிக் கண்டுபிடிக்க முடியவில்லை. எங்கெங்கோ சுற்றித்திரிந்துவிட்டு மீண்டும் காவலர் அறையில் விசாரிக்க வந்தபோது, அவர்கள் எல்லோரும் கிளம்பிவிட்டதாகவும், மாலையில் மறுபடியும் வருவதாகவும் சொல்லப்பட்டது. மாலைவரை அங்கேயே இருப்பதாக முடிவெடுத்துக்கொண்டு மரத்தடிக்கு வந்து உட்கார்ந்துகொண்டாள்.

கொஞ்ச நேரத்தில் சட்டென சூழல் மாறி மழைக்காக இருட்டிக்கொண்டுவந்தது. உச்சிப் பொழுதில் கொஞ்சம்கொஞ்சமாகப் புயலும் மழையுமாக வலுக்கத் தொடங்கிவிட்டது. அருகேயுள்ள ஒரு அறைக்குச் சென்று உட்கார்ந்துகொண்டாள் ரஞ்சிதம். அவளைப் பத்திரமாக வீட்டுக்குக் கொண்டுசேர்ப்பதாக எவ்வளவோ சொல்லியும் அவள் கேட்கிறாளில்லை. அடம்பிடித்தாள். மழையும் புயலும் ஓய்ந்த வேளையில் மீண்டும் வந்து அவளிடம் கேட்டனர். செல்ல மறுத்துவிட்டாள். "மாலையில் அவர்களைப் பார்த்துவிட்டே கிளம்புவேன்" என்றாள். ஆனால், மதியம் உண்ணாததும், மனதை ஆக்கிரமித்துக்கொண்டிருந்த குற்றவுணர்வும், கூடவே புயலும் மழையும் சேர்ந்து கொஞ்ச நேரத்தில் அவளை மயக்கமடையச் செய்துவிட்டன. சிறைச்சாலை மருத்துவரை வரவழைத்து அவளுக்குச் சிகிச்சை அளித்தார்கள்.

நினைவு தெளிந்ததும், தன்னைக் கூட்டிவந்த இடத்துக்கே கூட்டிச்செல்லும்படிக் கெஞ்சினாள். போக வேண்டாம் என்று எவ்வளவு சொல்லியும் கேட்காததால் அவளை ஏற்கெனவே இருந்த அறைக்குக் கொண்டுவரும்படி ஆயிற்று. அவளை உறங்கச் சொல்லியும், அவள் எதிர்பார்க்கும் ஆட்கள் வரும் பட்சத்தில் எழுப்பிவிடுவதாகவும் சொல்லிப்பார்த்தனர். அவள் கேட்பதாய் இல்லை. உதவிக்கு ஒரு செவிலியரை வைத்துவிட்டுச் சென்றுவிட்டனர்.

மழை வெறித்து மீண்டும் வலுக்கத் தொடங்கியபோது பலராமனும் இளைஞர்களும், காந்தி உண்ணாவிரதம் இருந்த இடத்தை நோக்கி நனைந்துகொண்டே வந்தார்கள். கூட்டத்தைப் பார்த்ததும் பதற்றமடையத்

தொடங்கிய ரஞ்சிதம், “என்னை அங்கே கூட்டிப்போ மகளே” என்றாள். பதில் ஏதும் இல்லை. திரும்பிப் பார்த்தாள். பக்கத்தில் ஆளைக் காணவில்லை. மெது வாக எழுந்துசென்று கதவைத் திறக்க முற்பட்டாள். கதவு வெளிப்பக்கமாக அடைத்துவைக்கப்பட்டிருந்தது. ஜன்னல் அருகே வந்து கூட்டத்தை நோக்கிக் கத்தினாள். மழைச் சத்தத்தில் அவளுடைய கூப்பாடு எடுபடவில்லை.

மழை தன் வேகத்தை அதிகரித்து அருவியாகத் கொட்டத் தொடங்கிவிட்டது. பலராமன் ஆவேசமாக உரையாற்றிக்கொண்டிருந்தார். அவர்களிடம் என்ன சொல்லிக்கொண்டிருக்கிறார் என்பது ரஞ்சிதத்துக்குக் கேட்கவில்லை. கொஞ்ச நேரத்தில், அருகே இருந்த கொட்டகையைப் பார்த்து, எல்லோரிடமும் கைகாட்டி வரச்சொல்லியபடி அவர் ஓடினார். ஆனால், இளைஞர்கள் யாரும் நகரவில்லை. அந்த இடத்தில் நிற்கும்போது வரலாற்றில் நிற்பதாகவும், எல்லோரும் தங்களை அந்த இளைஞனாக அவர்கள் உணர்வதாகவும் ரஞ்சிதத்துக்குத் தோன்றியது. சட்டென எல்லோரும் பெருங்குரலெடுத்து அழத் தொடங்கிவிட்டார்கள். சேரும் சகதியுமான மண்ணை மழைநீரோடு அள்ளி முகத்திலும் மார்பிலுமாக அடித்துக்கொண்டு அழுது கொண்டிருந்ததைப் பார்க்கவும், அவள் பொறுக்க மாட்டாமல் மீண்டும் வந்து கதவைத் தட்டுவதற்குக் கிளம்பினாள். கதவை அடைவதற்கும் செவிலியர் வந்து கதவைத் திறப்பதற்கும் சரியாக இருந்தது. கதவைத் திறந்து வெளியே கால்வைக்கும் கணத்தில், ஆகாயத்தை இரண்டாகப் பிளக்கும்படியான மின்னலொன்று அடித்தது. இளைஞர் கூட்டம் மொத்தமாக மயங்கிச் சரிந்தது.

௸ ௐ

த.ராஜன்

புனைவு, அல்புனைவு, விமர்சனம், உரையாடல், மொழியாக்கம் போன்ற இலக்கிய வடிவங்களில் செயல்பட்டுவரும் த.ராஜன், திருநெல்வேலி மாவட்டத்திலுள்ள விக்கிரமசிங்கபுரத்தைச் சேர்ந்தவர். இப்போது பணி நிமித்தமாக சென்னையில் வசிக்கிறார். பொறியியல் பட்டதாரி. ஏழாண்டு காலம் ஐ.டி. நிறுவனத்தில் பணியாற்றினார். பிறகு, மூன்றரை ஆண்டுகளாக 'இந்து தமிழ்' நாளிதழின் நடுப்பக்க அணியில் உதவி ஆசிரியராகவும், அந்நாளிதழின் கலை இலக்கியப் பக்கங்களுக்குப் பொறுப்பாளராகவும் இருந்துவந்தார். புனைவாக்கம் குறித்து பா.வெங்கடேசனுடன் நடத்திய உரையாடலான 'கதையும் புனைவும்', சீனிவாச ராமாநுஜத்துடன் இணைந்து மொழிபெயர்த்த 'சிறுவர்களுக்கான தத்துவம்' ஆகியவை இவருடைய முந்தைய ஆக்கங்கள். 'பழைய குருடி' இவரது முதல் சிறுகதைத் தொகுப்பு.

தொடர்புக்கு: tweet2rajan@gmail.com